പ്രതീക

കനൽ
വഴികൾ

രേഷ്മ ലെച്ചൂസ്

Made with ♥ on the Notion Press Platform
www.notionpress.com

പാവനസ്മരണക്ക്

അകാലത്തിൽ ഞങ്ങളെ വിട്ടു പിരിഞ്ഞ ശ്യാമാമ്മയുടെ
ഓർമ്മക്ക് മുന്നിൽ സമർപ്പിക്കുന്നു...

ഉള്ളടക്കം

രചയിതാവിനെ കുറിച്ച്

രേഷ്മ ലെച്ചൂസ്

ഇന്ദിരയുടെയും സുരേന്ദ്രന്റെയും മകളായി തൃപ്പൂണിത്തുറയിൽ ജനിച്ചു. ഓൺലൈൻ ഫ്ലാറ്റ് ഫോമായ പ്രതിലിപിയിലാണ് ആദ്യമായി എഴുതി തുടങ്ങിയത്.
ചില ആനുകാലിക ഓൺലൈൻ മാഗസിലും കഥയും കവിതയും വന്നിട്ടുണ്ട്. ലെച്ചൂസ് എന്ന തൂലിക നാമത്തിലാണ് എഴുതുന്നത്.

പുരസ്കാരങ്ങൾ:
ഷാർജ അന്താരാഷ്ട്ര പുസ്തകോത്സവത്തിൽ മരണം എന്ന സ്വർഗ്ഗ വാതിൽ എന്ന ഷോട്ട് കവിത തെരെഞ്ഞെടുക്കപ്പെട്ടിട്ടുണ്ട്.
2021 ൽ സാഹിത്യ പ്രഭ പുരസ്ക്കാരത്തിന്റെ ഫെലോഷിപ്പ് "ഒറ്റയ്ക്കിരിക്കുമ്പോൾ" എന്ന കവിതയ്ക്കു ലഭിച്ചു.
ദേവസ്വം ബോർഡ് കോളേജിൽ യുവസാഹിത്യക്കാരിക്ക് ഉള്ള ആദരവ് കിട്ടി
മഞ്ചരി ബുക്ക്സിൻ്റെ മാജിക് വേർഡിൽ കേരള ബുക്ക് ഓഫ് റെക്കോർഡ് ലഭിക്കുകയും 1221 പേരിൽ ഒരാളായി.

ഓൺലൈൻ കൂട്ടായ്മയിൽ പിറന്ന കുറച്ചു പുസ്തകങ്ങളിൽ പ്രവർത്തിച്ചിട്ടുണ്ട്.
ചിദംബരത്തിലെ കഥകൾ - ഒരു പ്രാന്തൻ പ്രണയം,
പ്രതിധ്വനി - ഉയരങ്ങൾ പാറി പറന്ന്,
കഥയേട് - അലീന
മഴക്കവിതകൾ - മഴ മോഹങ്ങൾ
കടൽക്കവിതകൾ - ഇണക്കിളി
വെണ്ണിലാ മഴപ്പതിപ്പ് - മഴയുടെ പ്രണയം
പുലയില്ലാത്ത കവിതകൾ - കുറുമ്പി പാറു,
സ്കൂൾ ഡയറി - ഓർമ്മകളുടെ പൂക്കാലം

ഓർമ്മകളെ ഇതിലെ...

ഭർത്താവ് : നിഖിൽ സുരാജ്

മകൻ : ആദിനാഥ് R നിഖിൽ

സഹോദരൻ : രാഹുൽ VS

Mail id : reshufriends07@gmail.com

ആമുഖം

പ്രതീക്ഷയുടെ കനൽ വഴികൾ

സാഹിത്യത്തിന്റെ പ്രധാന ധർമ്മം ഹൃദയാവർജ്ജകമായ രീതിയിൽ സാമൂഹികോന്നമനം സാധ്യമാക്കുകയാണ്. വൈകാരികത സൃഷ്ടിക്കുന്നതിലൂടെ മാത്രമേ മനസ്സിന്റെ ഉള്ളറകളിലേക്ക് കടക്കാനാവു. ഒരു കൃതി വായനക്കാരൻ അനുഭവിച്ച് ആസ്വദിക്കണമെങ്കിൽ അത് അവന്റെ ഹൃദയത്തെ ഏതെങ്കിലും രീതിയിൽ സ്പർശിക്കുന്നതാവണം. കല ഒരു ആത്മസമർപ്പണമാണ്, എഴുത്തുകാരന്റെ വായനക്കരന്റെ മനസ്സുകൾ തമ്മിലുള്ള ഇഴുകിച്ചേരൽ...

രണ്ടുപേരും ഒന്നായിത്തിരുന്ന ബലതന്ത്രമാണ്. സാമൂഹികവ്യവസ്ഥയ്ക്കകത്തുനിന്നുകൊണ്ട് മനുഷ്യൻ ഏറെ നടന്നും ഇരുന്നും അവന്റെ ജീവിതം മുന്നോട്ടുകൊണ്ടുപോകുമ്പോൾ ധാരാളം പ്രതിബന്ധങ്ങളെ നേരിടേണ്ടിവരുന്നുണ്ട്. പിതൃകേന്ദ്രീകൃതവ്യവസ്ഥ സമസ്തജീവിതമണ്ഡലങ്ങളെയും നിയന്ത്രിക്കുന്ന ഒരു സമൂഹത്തിലാണ് നാം ജീവിക്കുന്നത്. കാലത്തിന്റേതായ മാറ്റങ്ങൾ പലപ്പോഴും കാണുന്നുവെങ്കിലും മനുഷ്യൻ പലതരം ഭാരസമരങ്ങളിൽ പെട്ടിരിക്കുന്നു. അത് സ്ത്രീയാണെങ്കിൽ പ്രത്യേകിച്ചും.

അവൾ അവൾക്കായല്ല സമൂഹത്തിനുവേണ്ടീ സ്വന്തം കുടുംബത്തിനുവേണ്ടി മോഹങ്ങളെ എരിയിച്ചു ജിവിതം ഹോമിക്കുന്നു. ഈ വിധിക്കപ്പെട്ട ഭ്രമണപഥം എഴുത്തുകാരന്റെ ഉള്ളിൽ ഒരു നീറ്റലായി പുകയുമ്പോൾ അവന് എഴുതാതെ പറ്റില്ലെന്നു വരുന്നു. അങ്ങനെ എഴുത്തിന്റെ പാഠാവലി സമൂഹനന്മയ്ക്കായ് തുറന്നിടുന്നു. അവിടെ പലവിധ സന്ത്രാസങ്ങളും കാണാം. പ്രണയവും

വിരഹവും സ്നേഹവും സ്നേഹഭംഗവും ജീവിതവും മരണവുമെല്ലാം ഒരേനാണയത്തിന്റെ വശങ്ങൾ. ഒടുവിൽ സ്വപ്നങ്ങളുടെ കൂട്ടിനുള്ളിൽ നിന്നും പട്ടം പോലെ പറന്നുപോകാൻ കൊതിക്കുന്നു. ജീവിതത്തിന്റെ കൊടുംചൂടിൽ സ്വാതന്ത്ര്യവും ഒപ്പം അതിജീവനവും തേടുന്നു അത്തരം രചനകൾ.

പുതിയ കാലം സൈബറിടത്തിലേക്കു മിഴിതുറക്കുമ്പോൾ നേരറിവുകളും നേർക്കാഴ്ചകളും നേർവഴികളും നമ്മുടെ വിരൽത്തുമ്പിലെത്തുന്നു. വായനയുടെയും എഴുത്തിന്റേയും വൈവിധ്യം അവിടെയുണ്ട്. സ്ഥലകാലങ്ങൾക്കതീതമാണ് സാഹിത്യം എന്ന ചിരന്തനസത്യം ഇവിടെയും യോജിക്കും. ജനാധിപത്യമാണ് സാഹിത്യം എന്ന് ദരീദ പറഞ്ഞത് സൈബർലോകത്തെ രചനകൾക്കനുയോജ്യം. ലോകത്തെ മാറ്റിമറിച്ച ഓൺലൈൻ രചനകൾ പലതും അനുഭവത്തിന്റേയും അനുഭൂതികളുടെയും സുതാര്യതകൊണ്ടു സമ്പന്നമാണ്.

വികാരങ്ങളും വിചാരങ്ങളും ഇന്ന് അന്യമായിരിക്കുന്നു എന്നു പറഞ്ഞാൽ ഒട്ടും അതിശയോക്തിയില്ല. ബന്ധങ്ങൾക്കു പ്രസക്തിയില്ലാത്ത ഇക്കാലത്തും അപൂർവം ചിലരചനകൾ സംഭവിക്കുന്നു. അത് പാർശ്വവത്കരിക്കപ്പെട്ട പെണ്ണിനെയും അവൾ നേരിടേണ്ട പ്രതിസന്ധികളെയും അവൾ ആർജ്ജിച്ചെടുക്കേണ്ട പ്രതിരോധത്തെയും ചൂണ്ടിക്കാട്ടുന്നു.

തീർച്ചയായും പ്രതീക്ഷയുടെ കനൽ വഴികൾ

നമ്മുടെ മനസ്സിൽ നീർത്തുന്ന വികാരങ്ങൾ അനവധിയാണ്. ആകാശത്തിലെ തൂവൽ പോലൊരു പെൺകുട്ടി.... സന്തോഷത്തോടെ പറന്നുനടക്കാൻ ആഗ്രഹിച്ച അവൾക്ക് കാലം കരുതിവെച്ചതു നോവുകളായിരുന്നു. ജീവിതം ഒരുതൂവൽ പോലെ കനം കുറഞ്ഞതാണ്.

ആമുഖം

മണ്ണിൽ വീണ് ചെളിയും മണ്ണും പറ്റിയാലും പിന്നീടൊരു കാറ്റിൽ ആകാശം തൊട്ട് പറക്കാനും തുനിയുന്ന ജീവിതം... അതാണവളുടെ അതിജീവനം. സ്ത്രൈണവൈകാരികതയുടെ, അനുഭവങ്ങളുടെ തീച്ചൂളയിൽ വിരിയുന്ന എഴുത്ത്...

ഏതാണ്ട് എട്ടുവർഷം മുൻപേ രേഷ്മയുടെ എഴുത്തുകൾ അദ്ധ്യാപിക എന്നനിലയ്ക്ക് ഞാൻ ശ്രദ്ധിച്ചിട്ടുണ്ട്... ഇടമുറിയാതെ എഴുതാൻ കഴിയുന്നു എന്നതു തന്നെ ഈ കുട്ടിക്ക് ഈശ്വരൻ നൽകിയ വരദാനം. വിസ്തൃതമായ എഴുത്തുവഴികൾ കീഴടക്കാൻ രേഷ്മയുടെ തൂലികയ്ക്കു കരുത്തുണ്ട്. അതിന് അനുയോജ്യമായ ഇടങ്ങൾ എഴുത്തുകാരിയെത്തേടിവരട്ടെ എന്നാശംസിച്ചുകൊണ്ട് പെൺമനസ്സിന്റെ ഈ സഞ്ചാരപഥങ്ങളെ വായനലോകം ഏറ്റെടുക്കും എന്നു പ്രതീക്ഷിക്കുന്നു.

ഡോ. അംബിക എ. നായർ
അസ്സോസിയേറ്റ് പ്രൊഫസ്സർ(റിട്ട)
മലയാളവിഭാഗം, ഡി ബി കോളേജ്
തലയോലപ്പറമ്പ്

മുഖവുര

"പ്രതീക്ഷയുടെ കനൽ വഴികൾ"എന്ന കഥയിലൂടെ കടന്നുപോയപ്പോൾ ഭാവിയിലെ ഇരുത്തം വന്ന ഒരു കഥാകാരിയായി മാറാനുള്ള എല്ലാ ലക്ഷണങ്ങളും രേഷ്മ എന്ന കഥാകാരിയിൽ രൂഢമൂലമായിട്ടുണ്ടെന്ന് പറയാം.

പ്രതീക്ഷ നഷ്ടപ്പെട്ട സേതുവിന്റെയും സീതയുടെയും ജീവിതത്തിലേക്ക് അപ്രതീക്ഷിതമായി കടന്നുവരുന്ന "പ്രതീക്ഷ" എന്ന കുരുന്നും തുടർന്ന് അവരുടെ ജീവിതത്തിലുണ്ടാവുന്ന സംഭവവികാസങ്ങളും വളരെ തന്മയത്വത്തോടെ അവതരിപ്പിക്കുവാൻ കഥാകാരിക്ക് കഴിഞ്ഞിട്ടുണ്ട്.

രവി, മഹിമ തുടങ്ങിയ കഥാപാത്രങ്ങളിലൂടെസത്യസന്ധമായ കുടുംബ ബന്ധങ്ങളേക്കാൾ സ്വാർത്ഥതാല്പര്യങ്ങൾക്ക് പ്രാധാന്യം കല്പിക്കുന്ന വർത്തമാനകാലചിത്രം കഥാകാരി വളരെ വിദഗ്ധമായി വരച്ചു കാണിക്കുന്നു. തനിക്കു ചുറ്റും നടക്കുന്ന സംഭവങ്ങളെ തന്നിലേക്കാവാഹിച്ചുകൊണ്ട് സത്യസന്ധമായി നടത്തിയ ഒരു രചനയാണിതെന്ന് പറയാം. കഥയുടെ ചുരുൾ അഴിയുമ്പോൾ ജീവിതം ഒരു മരീചികയാണെന്ന യാഥാർത്ഥ്യം രേഷ്മയെന്ന കഥാകാരി സമർത്ഥിക്കുകയാണ്.

വളർന്നുവരുന്ന രേഷ്മ എന്ന എഴുത്തുകാരിയുടെ കയ്യൊതുക്കമുള്ള ഈ രചന വരാനിരിക്കുന്ന മികവാർന്ന രചനകളെ വിളിച്ചറിയിക്കുന്നു.

രേഷ്മയുടെ രചനകൾ നക്ഷത്ര ശോഭയോടെ സാഹിത്യനഭസ്സിൽ മിന്നിത്തിളങ്ങട്ടെ എന്ന് ആശംസിക്കുന്നു.

Dr. ലാലിമോൾ. എസ്

അസ്സോസിയേറ്റ് പ്രൊഫസ്സർ(റിട്ട)

മലയാളവിഭാഗം, ഡി ബി കോളേജ്
തലയോലപ്പറമ്പ്

അവതാരിക

'ജീവിതം' ആരാലും പൂരിപ്പിക്കപ്പെടുവാനോ പൂർണ്ണമാക്കാനോ വിളക്കിച്ചേർക്കാനോ കഴിയാത്ത ഒരു സമസ്യയാണ്.

മണ്ണിനും പെണ്ണിനും പണത്തിനും വേണ്ടി സ്വാർത്ഥതയാൽ അഹങ്കരിക്കുന്ന ആധുനിക മനുഷ്യൻ നമ്മുടെ കുടുംബങ്ങളിലും സമൂഹത്തിലും വിതയ്ക്കന്ന തീരാവ്യാധികൾ കണ്ണീരോടെ ഏറ്റുവാങ്ങി ജീവിത സ്വപ്നങ്ങൾ പൂർത്തിയാകാതെ ബാല്യത്തിലും, കൌമാരത്തിലും, യൌവനത്തിലുമൊക്കെ അകാലത്തിൽ ജീവിതം അവസാനിപ്പിക്കേണ്ടി വരുന്ന, മാനവ മനസസംഘർഷഭരിതമായ അവസ്ഥകളിലേക്ക് നമ്മളെ കൂട്ടികൊണ്ടുപോകുന്ന അത്യന്തം സംഭവ ബഹുലമായ രചനയാണ് 'പ്രതീക്ഷയുടെ കനൽ വഴികൾ.'
വിവാഹിതരായിട്ടും മക്കളില്ലാതെ വിഷമത്തിലായിരുന്ന സീതയുടേയും സേതുവുന്റയും ജീവിതത്തിലേക്ക് വന്ന അനാഥയായ പ്രതീക്ഷയുടേയും ആനന്ദകരമായ ജീവിതത്തിലേക്ക് രവി കടന്നു വരുന്നതോടെ സംഘർഷഭരിതവും സംഭവബഹുലവുമായ കഥാ സന്ദർഭങ്ങളിലേക്കും ഉദ്വേഗജനകമായ വായനാനുഭവത്തിലേക്കും എഴുത്തുക്കാരി നമ്മളെ കൂട്ടിക്കൊണ്ട് പോകുന്നു.

കേവലമൊരു നോവൽ വായനയ്ക്കപ്പുറം വിശാലമായ സ്ക്രീനിൽ ഒരു മികച്ച സസ്പെൻസ് ത്രില്ലർ സിനിമ കാണുന്ന ദൃശ്യാനുഭവംസമ്മാനിക്കുന്ന നിരവധി ട്വിസ്റ്റുകളും വൈകാരിക മുഹൂർത്തങ്ങളും നിറഞ്ഞ ഹൃദ്യമനോഹരമായ ഒരു രചനയാണ് രേഷ്മ ലെച്ചൂസിന്റ 'പ്രതിക്ഷയുടെ കനൽ വഴികൾ.'

നിരന്തരമായ ജീവിതദുരിതങ്ങളെ അഭിമുഖീകരിക്കുവാനും വെല്ലുവിളികളെ നേരിടുവാനും തരണം ചെയ്യുവാനും പ്രക്ഷുബ്ദമായ ജീവിതയാത്ര പാദയിൽ കയറ്റവും ഇറക്കവും സ്നേഹവും ദുഃഖവും മുള്ളുംമലരും എല്ലാം താണ്ടേണ്ടതുണ്ടെന്ന് കഥാകാരി നമ്മെ ഓർമ്മിപ്പിക്കുന്നു..

ഒരിക്കൽ മാത്രം നമ്മുക്ക് ലഭിക്കുന്ന മനുഷ്യജന്മത്തെ മനോഹരവും ആനന്ദകരവും ആക്കുവാൻ മനുഷ്യർ തന്റെ സ്വാർത്ഥത വെടിഞ്ഞ് ജീവികണമെന്ന ആന്തരിക ബോധത്തിലേക്കും നവചിന്താധാരയിലേ നമ്മെ ആനയിക്കുന്ന അത്യന്ത പ്രചോദനാത്മകമായി ഈ നോവൽ പല തവണ വായിക്കാൻ നമ്മുക്ക് തോന്നും ഹൃദയസ്പർശിയായ ആവിഷ്കാരമാണ്. നമ്മുടെ കാഴ്ചയിലും കേഴ്വിയിലും നിരന്തരം ഉള്ള വ്യക്തികളും ജീവിതങ്ങളും കഥാപാത്രങ്ങൾ ആവുകയും ആത്മനൊമ്പരമുണർത്തന്ന അനുഭവങ്ങൾ പശ്ചാതലം ആവുകയും ചെയ്യുമ്പോഴും അതിനെ ധൈര്യസമേതം എല്ലാത്തരം വായനക്കാർക്കും മനസ്സിലാകുന്ന ലളതസരളമധുരസുന്ദരമായ ഭാഷയിൽ പച്ചയായി വരച്ചു കാട്ടാൻ കരുത്തും പക്വതയും കാട്ടിയിരിക്കുന്നു,

ഭാവനയും യാഥാർത്ഥ്യവും നവരസ ഭംഗിയോടെ സമന്വയിപ്പിച്ച് രേഷ്മ ലെച്ചൂസ് നമ്മുക്ക് സമ്മാനിക്കുന്നത് വളരെ മനോഹരവും മലയാള സാഹിത്യലോകത്തിന് അഭിമാനിക്കാവുന്നതുമായ 'പ്രതീക്ഷയുടെ കനൽ വഴികൾ.' തന്നെയാണ്. അഭിനന്ദനീയമായ ഈ കൃതി അഭിമാനത്തോടെ എല്ലാ വായനക്കാർക്കും സമർപ്പക്കുന്നു.

രാജീവ് സൂര്യൻ

(എഴുത്തുക്കാരൻ, നടൻ, സംവിധായകൻ)

ആശംസ

ലെച്ചുവിനെ കുറിച്ച് പറയുമ്പോൾ ഒരുപാട് പറയണം. കാരണം അഞ്ച് വർഷമായി തുടരുന്ന ഒരു സൗഹൃദം ആണ് അത്.

2019 ജനുവരി ഒന്നാം തീയതി ആയിരുന്നു. അന്ന് മുതൽ ഇന്ന് വരെ എന്ത് കാര്യത്തിലും ഒന്നിച്ച് ആണ്. ലച്ചുൻ്റെ മിക്കവാറും എല്ലാ കഥകളും കവിതകളും ഞാൻ വായിച്ചിട്ടുണ്ട്.

ഈ കഥ എഴുതി കഴിഞ്ഞ് എഡിറ്റ് ചെയ്യാൻ വേണ്ടിയാണ് വായിച്ചത്, "പ്രതീക്ഷയുടെ കനൽ വഴികൾ" എന്ന കഥയുടെ ആദ്യ വായനക്കാരി ഞാൻ ആയിരുന്നു.

അഞ്ച് ഭാഗം കൊണ്ട് നിർത്താം എന്നായിരുന്നു ലച്ചുവിന്. പക്ഷേ കഥയുടെ ഒരു പാർട്ട് വായിച്ചപ്പോൾ അഞ്ച് ഭാഗത്തിൽ ഒതുക്കേണ്ടത് അല്ലെന്ന് തോന്നി കൂടുതൽ എഴുതാൻ പറ്റുന്ന ഒരു തീം ആയിരുന്നു അത്.

ഞാൻ ലച്ചുവിനോട് അത് പറഞ്ഞു, ഒരുവിധം 13 ഭാഗങ്ങളിൽ എത്തിക്കാൻ സാധിക്കുകയും ചെയ്തു. ലച്ചുവിൻ്റെ ഈ പരിശ്രമം വെറുതെ ആവില്ലെന്നും ഒരു വഴി തിരിവ് ആവും എന്ന പ്രതിക്ഷയോടെ.

"പ്രതീക്ഷയുടെ കനൽ വഴികൾ" ശ്രദ്ധിക്കപ്പെടട്ടെയെന്ന് ആശംസകളോടെ

സാന്ദ്ര രാജു

(എഴുത്തുകാരി)

കടപ്പാട്

ആദ്യാക്ഷരം പകർന്നു തന്ന മാതാപിതാക്കൾക്കും ഗുരുക്കന്മാർക്കും, കല്യാണത്തിനു ശേഷം എല്ലാത്തിനും സപ്പോർട്ട് ചെയ്ത് കൂടെയുള്ള ശ്രീയേട്ടനും കൂടപ്പിറപ്പുക്കൾക്കും പ്രിയ കൂട്ടുകാർക്കും. എന്നെ അറിയുന്ന സ്നേഹിക്കുന്ന എല്ലാവർക്കും മുന്നിൽ സമർപ്പിക്കുന്നു.

എന്ന് ഒത്തിരി സ്നേഹത്തോടെ ലെച്ചു.

1

ജീവിതമെന്നും ആർക്കും ഒരെത്തും പിടിയും കൊടുക്കാതെ കളിപ്പിച്ചുകൊണ്ടിരിക്കും, ചില ജീവിതങ്ങളിൽ വിധിയും വില്ലനായി വരും...

വർഷങ്ങൾ കാത്തിരുന്നാണ് സേതുവിനും സീതയ്ക്കുമൊരു കുഞ്ഞിനെ കിട്ടിയത്, ഒട്ടും പ്രതീക്ഷിക്കാത്ത നേരത്താണ് സേതുവിനും സീതക്കും ആ കുഞ്ഞിനെ കിട്ടിയത്, അതിര് കവിഞ്ഞ സന്തോഷം തോന്നി. അവരവളെ പ്രതീക്ഷ എന്ന് വിളിച്ചു. അവരുടെ കൈയിൽ കിട്ടിയ ആ ദിവസം അവളുടെ പിറന്നാളായി.

ഒരുപാട് നേർച്ചകൾ നടത്തി കുടുംബ ക്ഷേത്രത്തിൽ മക്കളുണ്ടാകാനുള്ള വഴിപാട് നടത്തി വൈകിട്ട് തിരിച്ചു വരുന്ന വഴിക്ക് വേസ്റ്റ് കൂനയിൽ പതിവില്ലാതെ പട്ടികൾ കൂട്ടത്തോടെ മണം പിടിച്ച് എന്തോ കടിച്ചു വലിക്കുന്നത് കണ്ടിട്ടാണ് കാർ നിർത്തിയത്.

പട്ടികളെ പേടി തോന്നിയെങ്കിലും അതിനെ അവരൊരുവിധം ഓടിച്ചു കളഞ്ഞു. അവിടെ നോക്കിയപ്പോൾ ഒരു പൊതി സേതു ആ വെളുത്ത പൊതി എടുത്തു നോക്കിയപ്പോൾ ചോര കുഞ്ഞ്.

“സീതാ! ഒരു ചോര കുഞ്ഞ്... പെൺകുഞ്ഞാ.” സേതു അമ്പരപ്പോടെ സീതയെ നോക്കി പറഞ്ഞു.

"നല്ല ഐശ്വര്യമുള്ള മുഖം അല്ലെ ഏട്ടാ? നമ്മുടെ കുഞ്ഞായി വളർത്താം." സീത സേതുവിന്റെ കൈയിൽ നിന്ന് വാങ്ങിയ ശേഷം ചോദിച്ചു.

"കുടുംബക്കാര് ചോദിച്ചാൽ, എന്തു മറുപടി പറയും?" സേതുവിനും ആ കുഞ്ഞിനെ വിട്ടു കളയാൻ തോന്നിയില്ല. പക്ഷേ കുടുംബക്കാർ ഒരിക്കലും ഈ കുഞ്ഞിനെ അംഗീകരിക്കില്ല. നമ്മുക്ക് കിട്ടിയ കണ്മണി പൊന്നു പോലെ നോക്കണം. നമ്മുടെ പ്രർത്ഥനയ്ക്ക് ദൈവം തന്ന നിധിയാണ്.

"നമുക്ക് ഈ കുഞ്ഞിനെ കൊണ്ട് വേറെ സ്ഥലത്തു പോയി താമസിക്കാം..." കുറച്ചു നേരത്തെ ആലോചനക്ക് ശേഷം സീത പറഞ്ഞു.

സീതയുടെ ആ തീരുമാനത്തോട് സേതുവും യോജിച്ചു, പക്ഷേ എങ്ങോട്ട് പോകുമെന്ന് ചിന്തിച്ചപ്പോഴാണ് തൻ്റെയൊരു പഴയ സുഹൃത്തായ അച്ചുവിനെയോർമ്മ വന്നത്.

"സീത ഞാൻ അച്ചുവിനെ വിളിച്ചു നോക്കാം, നമ്മുക്ക് അവൻ്റെയടുത്തത്തേക്ക് പോവാം..." അതും പറഞ്ഞ് സേതു ഫോണെടുത്തു.

സീത കുഞ്ഞിനേയും കൊണ്ട് കാറിൽ കയറിയിരുന്ന് സേതുവിന്റെ സംസാരം ശ്രദ്ധിച്ചു.

"ഹലോ അച്ചു നീ വീട്ടിൽ ഉണ്ടോ?"

"ഉണ്ടെടാ എന്തേ ടാ
അച്ചു ചോദിച്ചു?"

"ഒന്നൂല്ലടാ ഞാനും സീതയും കൂടി അങ്ങോട്ട് വരുന്നു, നിന്റെ സഹായം വേണം, അവിടെയൊരു ചെറിയ വീട് അറേഞ്ച് ചെയ്തു വെക്കാവോ?"

"എന്താ ടാ സേതു കാര്യം പറയ് അവിടെ എന്തേലും പ്രശ്നം ഉണ്ടോ?"

"എല്ലാം നേരിട്ട് പറയാം, ഞങ്ങളിന്ന് തന്നെ പുറപ്പെടും." അച്ചുവിനോട് കൂടുതൽ ഒന്നും പറഞ്ഞില്ല

കുടുംബക്കാരറിയാതെ രാത്രിയിൽ തന്നെ സേതുവിന്റെ കൂട്ടുകാരന്റെ സഹായത്തോടെ എല്ലാം ശരിയാക്കി അച്ചുവിൻ്റെ നാട്ടിലേക്കു പുറപ്പെട്ടു. നാളെത്തെ പുലരി സേതുവിന്റെയും സീതയുടെയും പുത്തൻ പുലരിയാണ്. അവർക്കായി മാത്രം പുലരുന്ന പുത്തൻ പുലരി...

അവരെ കാത്ത് കൂട്ടുകാരൻ ഉണ്ടായിരുന്നു.

"എന്താടാ പെട്ടെന്ന് നാട്ടിൽ നിന്ന് ഒളിച്ചോടി വന്നത്." വണ്ടിയിൽ നിന്ന് സേതു ഇറങ്ങിയ ഉടനെ അച്ചു ചോദിച്ചു.

"അത്..." സേതു മറുപടി പറയാൻ തുടങ്ങിയപ്പോഴാണ് കാറിൽ നിന്ന് സീത ഇറങ്ങി വന്നത്. കൈയിലൊരു കുഞ്ഞിനെയുമായി.

"ടാ ഈ കുഞ്ഞ്?" അമ്പരപ്പോടെ അയാൾ ചോദിച്ചു. നടന്ന കാര്യങ്ങൾ എല്ലാം അച്ചുവിനോട് പറഞ്ഞു.

"ഇനി നാട്ടിൽ നീ എന്താണ് പറയാൻ പോകുന്നത്?" എല്ലാം കേട്ടു കഴിഞ്ഞശേഷം അച്ചു ചോദിച്ചു.

"എന്തെങ്കിലും കള്ളം പറയണം. അറിയില്ല എന്തു പറയണം, കുഞ്ഞിനെ വീട്ടുകാർ ഒരിക്കലും അംഗീകരിക്കില്ല. നിനക്കറിയാല്ലോ സീതയെ തന്നെ ഇപ്പോഴും സ്വീകരിച്ചിട്ടില്ല എന്റെ വീട്ടുകാർ ഇന്നുവരെ അവരിവളെ എന്തോരം കുത്തി നോവിച്ചു. ആ വീട്ടിലേക്ക് കുഞ്ഞിനെ കൊണ്ട് ചെല്ലാൻ എനിക്ക് ആവില്ല. നീ ഈ കാര്യം ആരോടും പറയണ്ട. ഇനി ഈ കുഞ്ഞിലാണ് ഞങ്ങളുടെ ജീവിതം..."

"ഇല്ല ടാ, ഞാനാരോടുമൊന്നും പറയില്ല. എന്തെങ്കിലും ആവശ്യം ഉണ്ടെങ്കിൽ വിളിക്കാൻ മറക്കരുത്."

"ഉം."

"ശരി എന്നാ ഐശ്വര്യമായി കുഞ്ഞുമായി വീട്ടിലേക്ക് കയറിക്കോ

ഞാൻ ഇറങ്ങുന്നു പിന്നെ കാണാം."

അവർക്കായി അച്ചു കണ്ടെത്തിയ വീട്ടിലേക്ക് തന്നെയാണ് ഇരുവരും കുഞ്ഞിനേയും കൊണ്ട് ചെന്നത്.

ഇനി മുന്നോട്ടുള്ള ജീവിതം സന്തോഷം നിറഞ്ഞതാക്കി തരണേയെന്ന പ്രാർത്ഥനയോടെ പുതിയ വീട്ടിലേക്ക് സേതുവും സീതയും വലതുകാൽ വച്ചു കയറി.

ഒതുക്കമുള്ള ഒരു ചെറിയ വീടായിരുന്നു അത്, ചുരുങ്ങിയ സമയം കൊണ്ട് അച്ചു അത്യാവശ്യം ഫർണിച്ചറും പാത്രങ്ങളും എല്ലാം വാങ്ങി വെച്ചിരുന്നു.

എല്ലാം നോക്കി കണ്ടപ്പോൾ സീതയും സേതുവും മനസ്സിൽ അച്ചുവിനോട് നന്ദി പറഞ്ഞു. രണ്ടുപേരും ചേർന്ന് ഫർണിച്ചറുകളും മറ്റും അവരുടെ ഇഷ്ടത്തിന് അറേഞ്ച് ചെയ്തു. അവരുടെ റൂമിൽ കുഞ്ഞിനായി ഒരു തൊട്ടിലും കെട്ടി.

"ടി, നമ്മുടെ ജീവിതം എത്ര പെട്ടെന്നാണ് മാറിയത്!" പണിയെല്ലാം ഒതുക്കിയശേഷം കുഞ്ഞിനിരുവശത്തുമായി കിടക്കുമ്പോൾ സേതു സന്തോഷത്തോടെ പറഞ്ഞു.

"അതേയേട്ടാ, നമ്മളിപ്പോൾ അച്ഛനും അമ്മയും ആണ്, അല്ല ഏട്ടാ മോൾക്ക് എന്ത് പേരിടും?

"നമ്മുടെ സ്വപ്നം പോലെ ഒട്ടും വിചാരിക്കാത്ത നേരത്ത് കിട്ടിയ പൊന്നു മോള് അല്ലെ! 'പ്രതീക്ഷ' എന്ന് വിളിക്കാം. നമ്മുടെ ജീവിതത്തിൽ അപ്രതീക്ഷമായി കടന്നു വന്ന ഇവൾ നമ്മുക്ക് ഭാഗ്യം കൊണ്ട് തരുന്നവൾ ആയിരിക്കും..." സേതുവിന്റെ വാക്കുകൾ ഒരു പ്രവചനം പോലെ തന്നെ ആയിരുന്നു. അത് ഫലിക്കുകയും ചെയ്തു.

ആ കുഞ്ഞിന്റെ ഓരോ വളർച്ചയും ഇരുവരും ആസ്വദിച്ചു അതവരുടെ സന്തോഷത്തിന്റെ നാളുകൾ ആയിരുന്നു. സേതു കുടുംബക്കാരറിയാതെ രഹസ്യമായി നാട്ടിലെ അവരുടെ സ്ഥലം വിറ്റു. ബിസിനസ് തുടങ്ങി അത് വിജയിക്കുകയും

ചെയ്തു. നാൾക്കു നാൾ അത് വളർന്നു, സേതു കരുതിയതിലും അപ്പുറത്തെത്തി.

എല്ലാം പ്രതീക്ഷയുടെ ഭാഗ്യമാണ് എന്ന് സേതുവും സീതയും കരുതി അവൾ രാജകുമാരിയെ പോലെ ആ വീട്ടിൽ വളർന്നു. അച്ചന്റെയും അമ്മയുടെയും കിങ്ങിണിയായി...

ഇടയ്ക്ക് നാട്ടിൽ നിന്നും സേതുവിന്റെ കൂട്ടുകാരൻ എങ്ങനെയോ തിരഞ്ഞെത്തി. പിന്നീട് മിക്കപ്പോഴും സേതുവിന്റെ കൂട്ടുകാരൻ അവരെ കാണാൻ വന്നു കൊണ്ടിരുന്നു. നാട്ടിൽ ആരുമായി ആ ഒളിച്ചോട്ടത്തിന് ശേഷം ബന്ധമുണ്ടായിരുന്നില്ല. എല്ലാം അന്നത്തെത്തോടെ തന്നെ മുറിച്ചു മാറ്റപ്പെട്ടതാണ്.

സേതുവിനെത്ര വലിയ തിരക്ക് ആണെങ്കിലും മോളെ ഒന്ന് കൊഞ്ചിക്കാതേയും ലാളിക്കാതെയും ജോലിക്ക് പോകില്ല. അവളുടെ മുഖമൊന്ന് വാടിയാൽ സേതുവിന് സഹിക്കാൻ പറ്റില്ല, അത്രക്കും ഇഷ്ടം ആയിരുന്നു കിങ്ങിണി മോളെ!

“അല്ലെങ്കിലും സേതുവേട്ടന് മോളോടാണ് സ്നേഹം കൂടുതൽ. എന്നോട് ഒട്ടുമില്ല.” ഇടയ്ക്ക് സീത പരിഭവം പറയും.

“ആര് പറഞ്ഞു? എനിക്ക് എന്റെ സീതയും മോളും കഴിഞ്ഞേ ഉള്ളു ബാക്കി എന്തും. പിണക്കല്ലേ ടോ!”

“അച്ഛേ അമ്മക്ക് കുശുമ്പാ.” അത് കേൾക്കുമ്പോൾ കിങ്ങിണി പറയും.

“ഒന്നു പോടീ...” അത് കേട്ട് സീത വാത്സല്യത്തോടെ അവളെ ചേർത്ത് പിടിച്ചു.

അവർ ചിരിയും കളിയുമായി ഇരിക്കുന്ന നേരത്താണ് സേതുവിന്റെ ഫോണിലേക്ക് ആ കോൾ വന്നത്... ആ ഫോൺ അവരുടെ ജീവിതത്തിലെ വില്ലൻ ആകും എന്നു ആരും കരുതിയില്ല.

2

ഫോൺ കാൾ അറ്റൻഡ് ചെയ്തു കൊണ്ട് സേതു എഴുന്നേറ്റു പോകുകയാണെന്ന് കൈ കൊണ്ട് കാണിച്ചു. വീട്ടിന്റെ പുറത്തേക്ക് ഇറങ്ങി. ആ കോൾ സേതുവിനെ വല്ലാതെ അസ്വാസ്ഥമാക്കാൻ പാകത്തിലുള്ളതായിരുന്നു. കോൾ വച്ചതിനു ശേഷം കാർ എടുത്തു ഓഫീസിൽ എത്തിയിട്ടും ഒന്നും ചെയ്യാൻ പറ്റാത്ത അവസ്ഥയിലിരുന്നു.

എന്നെ ഇങ്ങനെ തേടിയുള്ള കോൾ എന്തിനാവും വന്നത്. ഓഫീസിൽ ഉള്ളവരെ ആരെയും ശ്രദ്ധിക്കാൻ പോയില്ല. ക്യാമ്പിൽ പോയിയിരുന്നു ഓരോന്ന് ആലോചിച്ചു ഇരിക്കുമ്പോഴാണ് ആ നമ്പറിൽ നിന്ന് പിന്നെയും കോൾ വന്നത്.

"പ്ലീസ് നിങ്ങൾക്ക് എന്താണ് വേണ്ടത്?"

"ഞാൻ പറഞ്ഞല്ലോ നിന്റെ ജീവൻ അത് മതി ടാ എനിക്ക്, അത് മാത്രം മതി.... ഞാൻ ആരാണെന്ന് നീ അറിയാൻ വഴിയില്ല. അറിഞ്ഞാലും നിനക്ക് ഒന്നും ചെയ്യാനും പറ്റില്ല. ഞാൻ മോഹിച്ചത് നീ തട്ടിയെടുത്തു."

"ഞാനോ! എങ്ങനെ?"

"അതെ നീ തന്നെ, എങ്ങനെയെന്നല്ലേ?

നിന്നോട് ഞാനൊരു കഥ പറയട്ടേ?

കഥ എന്ന് പറയുമ്പോൾ കുറച്ചു പഴക്കം ഉള്ളതാ, വേണമെങ്കിൽ എന്റെ ബാല്യകാല കഥ ആണെന്നും പറയാം.

പറയട്ടെ. ഫോണിൽ നീ കാതോർത്തിരുന്നു കേട്ടോ
എൻ്റെ അച്ഛനും അമ്മയും കുട്ടിക്കാലത്ത് തന്നെ മരിച്ചു പോയതാണ്, പിന്നെ എന്നെ വളർത്തിയത് അമ്മാവനാ, വളർത്തിയെന്ന് പറയാൻ പറ്റില്ല അമ്മാവൻ്റെ ആട്ടും തുപ്പും കേട്ട് ഒരു വേലക്കാരനെ പോലെ പണി എടുക്കുമ്പോഴും,

അപ്പോഴെല്ലാം ആശ്വാസവാക്കുകൾ കൊണ്ട് എന്നെ വേദനകൾ മാറ്റുന്നത് എൻ്റെ എല്ലാം എല്ലാമായ കുഞ്ഞുട്ടിയായിരുന്നു. ചെറുപ്പം മുതൽ എൻ്റെ മനസ്സിൽ കൊണ്ട് നടന്നതാ അവളെ അവളെന്നും എൻ്റെ ജീവിതത്തിൽ എന്നോടൊപ്പം ഉണ്ടാകും എന്നു കരുതി.

അമ്മാവൻ്റെ ഒറ്റ മോളല്ലേ! അവൾക്ക് വേണ്ടി ഞാൻ എന്ത് ചെയ്യുമായിരുന്നു ഞാൻ എത്രയൊക്കെ പണി ചെയ്താലും അമ്മാവൻ ഒരു ദിവസം പോലും എന്നെ അടിക്കാതെ ഇരുന്നിട്ടില്ല.

എന്നെയടിക്കുന്ന ആ ഓരോ അടിക്കും അയാളോട് പ്രതികാരം ചെയ്യാനുള്ള എൻ്റെ ആയുധം ആയിരുന്നു. കുഞ്ഞുട്ടി
അവളെ എനിക്ക് എന്തു വിധേയനെയും സ്വന്തമാക്കണമായിരുന്നു അതിനുവേണ്ടി ഞാൻ പലതും പ്ലാൻ ചെയ്തു എൻ്റെയാ പ്ലാൻ എല്ലാം നീയാണ് തകർത്തു കളഞ്ഞത്."

"ഞാനെങ്ങനെ?"

"അതെ, നീ തന്നെ ഞാൻ പറഞ്ഞ കുഞ്ഞുട്ടി ആരാണെന്ന് അറിയുമോ?
നിൻ്റെ ഭാര്യ സീത
അത് കേട്ടപ്പോൾ നീ ഞെട്ടി എന്ന് മനസ്സിലായി!
ഉമി നീര് വറ്റിക്കേണ്ട. ആവശ്യത്തിന് വെള്ളം കുടിച്ചോ നീ. അപ്പൊ എൻ്റെ കഥ കേട്ടു കൊണ്ടിരുന്നോ?
ഡിഗ്രിക്ക് പഠിച്ചു കൊണ്ടിരുന്ന അവൾ നീയുമായി

സ്നേഹത്തിൽ ആയിരുന്നു എന്ന് ഞാൻ അറിയാൻ വൈകി പോയി. അല്ല അവൾ ഒരു സൂചന പോലും തരാതെ കമ്പളിപ്പിച്ചു.

ഒരു ദിവസം ക്ലാസ്സിലേക്ക് എന്നു പറഞ്ഞു പോയവളെ കുറിച്ച് അറിയുന്നത്, നീ അവളെ കെട്ടി എന്നാ

അത് കേട്ടപ്പോൾ നിന്നെ കൊല്ലാനുള്ള ദേഷ്യം ഉണ്ടായിരുന്നു. നിങ്ങളുടെ സന്തോഷ പൂർണമായ ജീവിതം നശിപ്പിക്കാൻ ആയിരുന്നു പിന്നീട് എൻ്റെ ശ്രമം.

നിങ്ങൾക്ക് കുഞ്ഞുങ്ങൾ ഉണ്ടാവാത്തപ്പോഴും നിൻ്റെ വീട്ടുകാർ അതിൻ്റെ പേരിലവളെ വേദനിപ്പിച്ചപ്പോഴും ഞാൻ സന്തോഷിച്ചു കുറെ കഴിയുമ്പോൾ മടുത്ത് അവളിറങ്ങി വരും എന്ന്, പക്ഷേ എന്റെയാ പ്രതീക്ഷയെല്ലാം ആ കുഞ്ഞ് തെറ്റിച്ചു.

അവൾക്ക് വേണ്ടി നീ സ്വത്തുക്കൾ ഉണ്ടാക്കി വച്ചിട്ടുണ്ട്. പിന്നെ, ഞാൻ എന്തിനു പേടിക്കണം?" അയാളുടെ ചിരി സേതുവിന് ഭ്രാന്തന്റെ ചിരി പോലെ തോന്നി.

അപ്പൊ തന്നെ സേതു കാൾ കട്ട് ചെയ്തു കളഞ്ഞു. ഓഫീസിൽ ഇരുന്നിട്ടും ഇരിക്കപൊറുതി കിട്ടാതെ ആയി.

വേഗം വീട്ടിൽ എത്തണം. സീതയെ ഒന്നു കാണണം മോളേയും, അവളുടെ കൂടെ, കുറച്ചു നേരം ചെലവഴിക്കണം.

ഇനി വരുന്ന ദിനങ്ങൾ എന്റെ അവസാന ദിനങ്ങൾ ആണെന്ന് മനസ്സിൽ നിന്ന് ആരോ പറയുന്നത് പോലെ. വീട്ടിൽ പെട്ടെന്ന് എത്തണം എന്നുള്ള ആഗ്രഹം മാത്രമേ സേതുവിന്റെ മനസ്സിൽ ആ സമയത്ത് ഉണ്ടായിരുന്നുള്ളു. തിടുക്കത്തിൽ ഓഫീസിൽ നിന്നും ഇറങ്ങി.

വണ്ടിയോടിക്കുമ്പോളും സേതുവിന്റെ മനസ്സ് അസ്വസ്ഥമായിരുന്നു, അതുകൊണ്ട് തന്നെ എതിരെ വന്ന അജ്ഞാത വാഹനത്തെ സേതു കാണാതെ പോയതും.

സേതുവിന് എന്തെങ്കിലും ചെയ്യുന്നതിന് മുമ്പേ ആ വാഹനം സേതുവിന്റെ വണ്ടിയെ ഇടിച്ചു തെറിപ്പിച്ചു കടന്നു കളഞ്ഞു.

@@@@@@@

ഇതേ സമയം സീതക്ക് മനസ്സിൽ എന്തൊക്കെയോ ആസ്വസ്ഥതകൾ നുരഞ്ഞു പൊന്തി വരുന്നു കൊണ്ടിരുന്നു. സേതുവിനെ വിളിക്കാൻ ആയി ഫോൺ കൈയിൽ എടുത്തപ്പേഴേക്കും അതിലേക്ക് ഒരു കോൾ വന്നു, സേതുവിന്റെ പേര് കണ്ട ആശ്വാസത്തോടെ അവളത് എടുത്തു.

"ഹലോ..."

"ഇത് സീത ആണോ?"

"അതെ, ഇതാരാ? ഇത് സേതുയേട്ടൻ്റെ ഫോൺ അല്ലേ?"

"ഞാൻ പറയുന്നത് നിങ്ങൾ ശ്രദ്ധിച്ചു കേൾക്കണം."

"നിങ്ങളുടെ ഭർത്താവ് വാഹനം ഇടിച്ചു മരിച്ചു." അതു കേട്ട സീത അലറി നിലവിളിച്ചു.

മുറ്റത്തു കളിച്ചു കൊണ്ടിരുന്ന കിങ്ങിണി ഓടി വന്നു.

"അമ്മേ! എന്തിനാ കരയണേ?"

ഒന്നും പറയാൻ ആവാതെ സീത ബോധം കെട്ടു വീണു... അവളുടെ കൈയിൽ നിന്ന് ഫോൺ നിലത്ത് വീണു ചിതറി.

3

കിങ്ങിണി കുറേ നേരം അമ്മേ എന്നു വിളിച്ചു കരഞ്ഞു കൊണ്ടിരുന്നു. അപ്പോഴാണ്, എന്തോ ഒരു ആവശ്യത്തിന് സേതുവിന്റെ കൂട്ടുകാരൻ അച്ചു വരുന്നത്.

"അകത്തു നിന്ന് കിങ്ങിണി മോളുടെ കരച്ചിൽ കേൾക്കുന്നുണ്ടല്ലോ? എന്തു പറ്റി ആവോ മോളെ... എന്തിനാ കരയുന്നേ?"

"അങ്കിളെ അമ്മ കരയുന്നത് കേട്ട് ഞാൻ വന്നപ്പോൾ അമ്മ ബോധകെട്ടു വീണു. വിളിച്ചിട്ട് എഴുന്നേക്കുന്നില്ല അങ്കിൾ വിളിച്ചു നോക്കിയേ..."

അച്ചു വേഗം മേശപ്പുറത്തു ഇരുന്ന വെള്ളം തളിച്ച് "സീത..." എന്നു തട്ടി വിളിച്ചു.

കൊറേ നേരം വിളിച്ചപ്പോഴാണ് ഒന്ന് ഉണർന്നത്.

"സേതുവേട്ടൻ പോയി..." അത്ര മാത്രം അവളിൽ നിന്ന് കേട്ടു. അച്ചു ഒന്നമ്പരന്നു എങ്കിലും പെട്ടെന്ന് തന്നെ മനസ്സിൽ ധൈര്യം വീണ്ടെടുത്തു.

"ഞാൻ അന്വേഷിക്കാം നീ കരയാതെ! നീ കരഞ്ഞു കൊണ്ടിരുന്നാൽ മോളുടെ കാര്യം ഓർത്തു നോക്കിയേ! ധൈര്യം വേണം."

സീതയെ ആശ്വസിപ്പിച്ചു കൊണ്ടിരിക്കുമ്പോൾ ഒരു ചുവന്ന കാർ വീടിന്റെ മുറ്റത്തു വന്നു നിന്നത്. ആ കാറിൽ

നിന്ന് ഇറങ്ങിയ ആളെ കണ്ടപ്പോൾ അവളുടെ ചുണ്ട് അറിയാതെ മന്ത്രിച്ചു "രവിയേട്ടൻ."

"സീതയ്ക്ക് അറിയുമോ അയാളെ!"

"അറിയാം. അത് വകയിൽ മുറ ചെറുക്കനാണ്. പേര് രവി. ബാക്കി ഞാൻ പിന്നെ പറയാം അച്ചുവേട്ടാ."

"കുഞ്ഞുട്ടി നിനക്ക് എന്നെ മനസ്സിലായോ? നിന്റെ ഓരോ ഞാൻ കാര്യങ്ങളും അറിയുന്നുണ്ടായിരുന്നു.

ആരോ എന്നെ വിളിച്ചു പറഞ്ഞു സേതുവിന് എന്തോ അപകടം പറ്റി എന്നു. കാർ ഇടിച്ചു എന്ന്. അത് സത്യം ആണോ?"

"അതെ രവിയേട്ടാ ൻ്റെ സേതുവേട്ടൻ പോയി... രാവിലെ ഞാനും മോളും സേതു ഏട്ടനും കൂടി കളിച്ചതാ. പെട്ടെന്ന് കേട്ടപ്പോൾ താങ്ങാൻ പറ്റുന്നില്ല."

"നീ വിഷമിക്കാതെ ചിലപ്പോൾ കേട്ടത് തെറ്റാവാം..." അച്ചു പറഞ്ഞു. സീതയോട് പറഞ്ഞ ശേഷം രവിയെ നോക്കി തുടർന്നു.

"ഹലോ ഞാൻ സേതുവിന്റെ ഫ്രണ്ട് അച്ചു. നമ്മുക്ക് വഴിയേ പരിചയപ്പെടാം. സേതുവിന് എന്താ പറ്റിയത് എന്നു അറിയണ്ടേ വാ നമ്മുക്ക് പോയി അന്വേഷണം നടത്താം." രവിയേയും കൂട്ടി അച്ചു അന്വേഷിച്ചു പോയി.

അവർ കേട്ടത് സത്യം ആയിരുന്നു. സേതു എന്നേക്കുമായി പോയി മറഞ്ഞിരിക്കുന്നു. കണ്ണീരോടെ സീത അവിടെ ഇരുന്നു. ഓരോ പഴയ കാര്യങ്ങളും ആലോചിച്ചു ഇരുന്നപ്പോഴാണ് വീടിന്റെ മുന്നിലേക്ക് ആംബുലൻസ് വന്നു നിന്നു അതിൽ നിന്ന് വെള്ള പുതപ്പിച്ച സേതുവിന്റെ മുഖം കണ്ടപ്പോ സീതയ്ക്ക് താങ്ങാൻ കഴിഞ്ഞില്ല. ഒരു നിമിഷം സമനില നഷ്ടം ആയവളെ പോലെ കരഞ്ഞു.

അവനെ ദഹിപ്പിക്കാൻ എടുത്തപ്പോഴും അവൾ ബോധകെട്ടു വീണിരുന്നു.

പതിയെ തന്റെ ജീവിതത്തിൽ സേതു ഇല്ല എന്നതിനോട് പൊരുത്തപ്പെടുത്തി എടുത്തു. എന്നാലും സേതുവിന്റെ ഓർമയിൽ നിന്ന് മോചനം നേടാൻ ഇനിയും സമയം വേണമെന്ന് അവൾക്ക് അറിയാമായിരുന്നു. കിങ്ങിണിയുടെ അവസ്ഥയും കഷ്ടമായിരുന്നു. അച്ഛൻ ഇല്ലെന്നത് വിശ്വസിക്കാൻ അവളേറെ പാടുപ്പെട്ടു.

സീതക്ക് താങ്ങും തണലുമായി എന്തിനും ഏതിനും കൂടെ രവിയുണ്ടായിരുന്നു.

കുറച്ചു മാസങ്ങൾ കഴിഞ്ഞപ്പോൾ രവി വന്നു സീതയെ കാണാൻ. സേതു തുടങ്ങി വച്ച ബിസിനസ് എങ്ങനെ മുന്നോട്ട് കൊണ്ട് പോകും എന്നു വിചാരിക്കുമ്പോഴാണ് രവി പറഞ്ഞു തുടങ്ങിയത്,

“കുഞ്ഞുട്ടി സേതുവിന്റെ ബിസിനസ് ഞാൻ നോക്കി നടത്താം. എനിക്ക് മാസം 20000 രൂപ തന്നാൽ മതി.” മറുത്ത് ഒന്നും ചിന്തിക്കാതെ സീത സമ്മതം കൊടുത്തു.

ബിസിനസ് അനുദിനം വളർന്നു കൊണ്ടിരുന്നു. അതിനിടയിൽ രവിയും സീതയും തമ്മിൽ ചെറിയ പ്രണയം പൂവിട്ടിരുന്നു.

****

കിങ്ങിണി 6 ക്ലാസ്സിൽ പഠിക്കുന്ന കുട്ടിയായി. സ്കൂളിൽ നിന്ന് വിട്ട് വന്ന ആ കാഴ്ച കണ്ടു അവൾ ഞെട്ടി പോയി. അമ്മയും ബിസിനസ് നോക്കുന്ന ആളും തമ്മിൽ...

ആ കുഞ്ഞിന് എന്തു ചെയ്യണമെന്ന് അറിയാതെ അവരെ പകച്ചു നോക്കി നിന്നു. പെട്ടെന്ന് സീത കിങ്ങിണിയെ കണ്ടപ്പോൾ അയാളിൽ നിന്ന് അകന്നു മാറി ഒന്നും പറയാതെ മുറിയിലേക്ക് പോയി. അന്ന് ഭക്ഷണം കഴിച്ചു കൊണ്ടിരുന്ന സമയത്ത് സീത കിങ്ങിണിയോട് പറഞ്ഞു.

"കിങ്ങിണി ഞാൻ ആ അങ്കിളെ വിവാഹം കഴിക്കാൻ തീരുമാനിച്ചു. ഇനി അങ്കിളേ അച്ഛാ എന്നു വിളിക്കണം കേട്ടോ? മോള് പോയി കൈ കഴുകി പോയി ഉറങ്ങിക്കോ." ഒന്നും പറയാതെ കിങ്ങിണി മുറിയിലേക്ക് പോയി.

****

രവിയുടെയും സീതയുടെയും കല്യാണം കഴിഞ്ഞു. ആദ്യം ഒന്നും കിങ്ങിണിക്ക് വല്യ കുഴപ്പം ഒന്നുമില്ലായിരുന്നു സാധാരണ പോലെ അവളുടെ ജീവിതം മുന്നോട്ട് പോയി. പക്ഷേ അവളുടെ ജീവിതത്തെ മാറ്റി മറിക്കാനുള്ള അതിഥി സീതയുടെ വയറ്റിൽ വളരുന്നുണ്ടായിരുന്നു.

വിവേകും വൈഗയും ഒറ്റ പ്രസവത്തിൽ ഇരട്ട കുട്ടികൾ ജനിച്ചത്തോടെ
കിങ്ങിണിയുടെ ജീവിതം അവഗണയുടെ പെരുമഴക്കാലമായി. അമ്മയുടെ സ്നേഹം പോലും കിട്ടാത്ത അവസ്ഥ, അവഗണനയുടെ കയ്പ് ആവോളം നുണഞ്ഞറിഞ്ഞു.

സ്വർഗം പോലെ തോന്നിയിരുന്ന ആ വീട് നരകമായിട്ടാണ് പിന്നെ കിങ്ങിണിക്ക് തോന്നിയത്. അവർക്ക് ഓരോന്ന് വാങ്ങി കൊടുക്കുമ്പോൾ അവളുടെ മനസ്സ് വല്ലാതെ നോവുന്നുണ്ടായിരുന്നു.
അതൊക്കെ സഹിച്ചു വിവേകിൻ്റെയും വൈഗയുടെയും കാര്യങ്ങൾ ഭംഗിയായി നോക്കി നടന്നു.

എന്തു കൊണ്ടോ അവളുടെ പഠിപ്പ് നിർത്തിയില്ല. അത് കിങ്ങിണിക്ക് ആശ്വാസം ആയിരുന്നു. അവൾ ആഗ്രഹിച്ച കോളേജിൽ ചേർത്ത് അവർ പഠിപ്പിച്ചു. രണ്ടാം വർഷത്തിൽ പഠിക്കുമ്പോൾ സീനിയർ ആയ അരുണുമായി പ്രണയത്തിൽ ആയി.

ആ നാളുകൾ അവൾക്ക് നല്ലൊരു പൂക്കാലമായി തോന്നി. പക്ഷേ അത് അവളുടെ ജീവിതത്തിൻ്റെ കഷ്ടകാലത്തിന്റെ തുടക്കം കുറിക്കൽ ആയിരുന്നു എന്നു അവൾ അറിയാതെ

പോയി.

4

പ്രതീക്ഷക്ക് അധികനാളൊന്നും അരുണുമായിട്ടുള്ള സ്നേഹം വീട്ടിൽ നിന്ന് ഒളിപ്പിച്ചു വെക്കാനായില്ല, സ്നേഹബന്ധം സീത അറിഞ്ഞു, പ്രതീക്ഷയോട് ചോദിച്ചപ്പോൾ അവൾ സമ്മതിച്ചു. മറച്ചു വച്ചിട്ട് കാര്യമില്ല എന്നു തോന്നി.

സീതയെല്ലാം രവിയോട് പറയുകയും ചെയ്തപ്പോൾ അരുണിന്റെ വീട്ടിൽ വിളിച്ചു. കല്യാണം പെട്ടെന്നു നടത്താൻ തന്നെ തീരുമാനിക്കുകയായിരുന്നു.കാരണം
അതിനു പുറകിൽ ഒരു ലക്ഷ്യം ഉണ്ടായിരുന്നു. കാനഡയിൽ പോയി സെറ്റിൽ ആവാൻ സീതയും രവിയും തീരുമാനിച്ചു വച്ചിരുന്നു. അത് പ്രതീക്ഷ അറിയണ്ട എന്നായിരുന്നു.

അവരുടെ ജീവിതത്തിൽ നിന്ന് പ്രതീക്ഷയെ എങ്ങനെ ഒഴിവാക്കും അതിനൊരു പദ്ധതി ആലോചിക്കുമ്പോഴാണ് ഈ പ്രണയബന്ധം സീതയുടെയും രവിയുടെയും കാതിൽ എത്തുന്നത്. അത് കൊണ്ട് തന്നെ അവർക്ക് വേറെ വഴി ചിന്തിക്കേണ്ടി വന്നില്ല.

തേടിയ വള്ളി കാലിൽ ചുറ്റി എന്നു പറഞ്ഞത് പോലെ. ആർക്കും സംശയം വരികയില്ല. അത് കൊണ്ട് തന്നെയാണ്
ആഡംബരമായിട്ട് തന്നെ പ്രതീക്ഷയുടെയും അരുണിന്റെയും വിവാഹം നടത്തിയത്.

120 പവനും 10 ലക്ഷത്തിന്റെ കാറും അവർ താമസിച്ച വീടും അവൾക്ക് വേണ്ടി സ്ത്രീധനമായി കൊടുത്തു.

അതായിരുന്നു അവളെ എന്നേക്കുമായി അവരുടെ ജീവിതത്തിൽ നിന്ന് ഒഴിവാക്കിക്കുന്നതിന് വേണ്ടി കൊടുത്ത പരിതോഷികം.

അത് കിട്ടിയപ്പോ അരുണിന്റെ വീട്ടുകാർക്കും സന്തോഷമായി. അവളെ സ്നേഹം കൊണ്ട് പൊതിഞ്ഞു. ഇതൊക്കെ, ദൈവം തന്ന ഭാഗ്യമായിട്ട് അവൾ കരുതി. തനിക്ക് കുറച്ചു വേദനിച്ചാലും ദൈവം തന്ന നിധി ആണെന്ന് പ്രതീക്ഷാ കരുതി. സീതയും രവിയും കാനഡയിൽ പോകുന്നതിന്റെ തലേദിവസത്തിൽ രവിയും സീതയും കൂടി പ്രതിക്ഷക്കും അരുണിനും കൂടി ഡിന്നർ പാർട്ടി ഒരുക്കി വച്ചിട്ടുണ്ടായിരുന്നു.

ആ പാർട്ടി അവളുടെ ജീവിതത്തിലെ കറുത്ത ദിനങ്ങളുടെ തുടക്കം ആയിരുന്നു എന്ന് അവൾ അറിഞ്ഞില്ല. വൈഗയും വിവേകവും അവളെ ചേർത്തു സെൽഫി എടുത്തും സീതയും പ്രതീക്ഷയും കെട്ടിപിടിച്ചു ഉള്ള സെൽഫിയും, എല്ലാവരും ചേർന്നുള്ള സെൽഫിയും ഒക്കെ എടുത്തു. ലോകം കീഴടങ്ങിയ സന്തോഷമായിരുന്നു പ്രതീക്ഷയ്ക്ക്.

ആ സന്തോഷത്തിൻ്റെ ആയുസ് കുറയാനുള്ള ബോംബ് രവി അരുണിനോട് പറഞ്ഞിരുന്നു. പ്രതീക്ഷ ഒരിക്കൽ പോലും അറിയരുത് എന്നു രവി ചാട്ടം കെട്ടി അവളെ സീതയ്ക്കും സേതുവിനും എങ്ങനെ കിട്ടിയെന്ന കഥ ആയിരുന്നു അത്.

അരുണിന്റെ വീട്ടിലേക്ക് തിരിച്ചു പോകുന്ന സമയത്ത് അരുൺ വല്ലാതെ മൗനി ആയിരുന്നു. അത് വേറെ ഒന്നുമല്ല അവളുടെ സന്തോഷം കണ്ടിട്ടായിരുന്നു. കുട്ടികാലത്തെ കുറിച്ച് വാതോരാതെ പറഞ്ഞു കൊണ്ടിരുന്നത് കേട്ട് അവനു അവളോട് വല്ലാതെ സഹതാപം തോന്നി തുടങ്ങിയിരുന്നു.

അവളെ കൈകളിൽ ചേർത്തു പിടിച്ചു അവൻ. ഒന്നും പറഞ്ഞില്ല ഒന്നു പുഞ്ചിരിച്ചുകാണിച്ചു. അവരുടെ ജീവിതം

തരക്കേട് ഇല്ലാതെ മുന്നോട്ട് പോയി കൊണ്ടിരുന്നു. അതിനിടയിൽ അവരുടെ ജീവിതം കുഞ്ഞാറ്റയും എത്തിയത്തോടെ ഒന്നൂടെ മനോഹരമായി എന്ന് പറയാം. അവളുടെ ചിരിയും കുസൃതിയും എല്ലാം അവരുടെ ജീവിതത്തിലെ നിധിയായിരുന്നു.

പക്ഷേ അവർക്കിടയിലേക്ക് ഒരാളുടെ കടന്നു വരവ് ആ സന്തോഷജീവിതം തകിടം മറിക്കാൻ കെൽപ്പ് ഉള്ളതായിരുന്നു. മഹിമ അതാണ് അവളുടെ പേര്. കുടുംബത്തിൽ എല്ലാവരും ഒത്തു ചേർന്നപ്പോൾ ആണ് പ്രതീക്ഷ ആദ്യമായി മഹിമയെ കണ്ടത് അരുണിന്റെ അമ്മയുടെ അകന്ന ബന്ധത്തിലുള്ള കുട്ടിയാണ് മഹിമ.

മഹിമ കല്യാണം കഴിച്ചുവേങ്കിലും അധിക നാൾ നീണ്ടു നിൽക്കാത്ത ദാമ്പത്യമായിരുന്നു അത്. അതുകൊണ്ട് തന്നെ, ജോലി കിട്ടി എന്ന് പറഞ്ഞ് പോയി വരാനുള്ള സൗകാര്യം അരുണിന്റെ വീടാണെന്ന് പറഞ്ഞ് അങ്ങോട്ട് താമസം ആക്കി.

മഹിമയുടെ അമ്മയുടെ ലക്ഷ്യം അരുൺ തന്നെയായിരുന്നു. മഹിമയുടെ മനസ്സിൽ എന്നോ കടന്നു കൂടിയ മുഖമായിരുന്നു അരുണിന്റേത്. അവനെ നേടണമെങ്കിൽ അവന്റെ വീടാണ് സെയിഫ് എന്ന് കണക്കു കൂട്ടി. പ്രതീക്ഷയുടെയും അരുണിന്റെയും ജീവിതം കണ്ട് അസൂയ മഹിമക്ക് സഹിക്കാൻ കഴിയുന്നതിൽ അപ്പുറമായിരുന്നു.

അവരെ വേർപിരിച്ചു അരുണിന്റെ ജീവിതത്തിലേക്ക് ഞാൻ മാത്രം മതി.

പതിയെ അതിനുള്ള കളികൾ മഹിമ തുടങ്ങി കഴിഞ്ഞിരുന്നു.അവർക്കിടയിൽ തെറ്റി ധാരണ പരത്തി അവർക്കിടയിൽ അകൽച്ച ഉണ്ടാക്കി. എതിനേറെ അരുണിനേയും പ്രതീക്ഷയേയും അകറ്റാൻ ഉള്ള യന്ത്രം വിജയ്ക്കുകയും ചെയ്തു.

പ്രതീക്ഷയ്ക്ക് അരുണിന്റെ ഓരോ മാറ്റവും താങ്ങാന്നുന്നതിൽ അപ്പുറമായിരുന്നു. എന്നാലും, അതൊക്കെയും തോന്നൽ ആണെന്ന് കരുതി മുന്നോട്ട് പോയി.

മഹിമയും അരുണിനും ചേർന്നു സംസാരിക്കുമ്പോഴും എന്തോ പന്തികേട് രണ്ടു പേരിലും തോന്നിയിരുന്നു. അത് കണ്ടില്ല എന്ന് നടിച്ചു നടന്നു. കാരണം അരുണിനെ പ്രതീക്ഷ അത്രയധികം സ്നേഹിച്ചു.

പക്ഷേ ആ ഒരു കാഴ്ച കണ്ട് പ്രതീക്ഷയ്ക്ക് നിയന്ത്രിക്കാൻ ആയില്ല.

അരുണും മഹിമയും വാരി പുണർന്നുകൊണ്ട് ഉമ്മ വയ്ക്കുന്നത്.

ആ രംഗം ഏത് ഭാര്യക്കാ താങ്ങാൻ ആകുക.

"അരുൺ..." എന്ന് ഉറക്കെ വിളിച്ചു.

രണ്ട് പേരും പെട്ടെന്ന് അകന്നു മാറി.

"അരുൺ എന്തായിത്? ഈ ബന്ധം തുടങ്ങിയിട്ട് എത്ര നാളായി? എന്നെയും മോളെയും കുറിച്ച് ഓർത്തോ?"

അരുണിന് പറയാൻ വാക്കുകൾ ഒന്നും തന്നെ കിട്ടിന്നുണ്ടായിരുന്നില്ല.

തല കുനിച്ചു അരുൺ പറഞ്ഞു തുടങ്ങി.

"മഹിമയെ കൈവിടാൻ എനിക്ക് ആവില്ല. എനി....... ക്ക് ഒരു അബദ്ധം പറ്റി. അവൾ രണ്ട് മാസം ഗർഭിണി ആണ്." അത് കേട്ടതും ലോകം മൊത്തം കറങ്ങുന്നത് പോലെ തോന്നി പ്രതീക്ഷയ്ക്ക്.

"അപ്പൊ എന്നോടും മോളോടും ഇത്ര ഒകെ സ്നേഹം കാണിച്ചത് അഭിനയം ആയിരുന്നു അല്ലെ? വെറും അഭിനയം! ഞാൻ നിങ്ങളുടെ സ്നേഹത്തെ വിശ്വസിച്ച വെറും മണ്ടി. എനിക്ക് മടുത്തു ജീവിതം. നിങ്ങൾ ചതിയനാണ്. വഞ്ചകാ! നിന്നെ ഞാൻ കൊല്ലും."

"മതി നിർത്തിക്കോ നിന്റെ കരച്ചിലും പിഴിച്ചിലും, എന്റെ ഒപ്പം ജീവിക്കാൻ നിനക്ക് പറ്റുന്നില്ലെങ്കിൽ ഇവിടുന്ന് ഇറങ്ങി പൊക്കോ ആരും തടയാൻ വരില്ല.
ആരുമില്ലാത്ത നിന്നെയൊക്കെ ആർക്ക് വേണം. സ്വന്തമെന്ന് പറയാൻ നിനക്ക് ആരാ ഉള്ളത് വേസ്റ്റ് കൂനയിൽ നിന്ന് കിട്ടിയ പെണ്ണ് അല്ലേടി നീ! ആർക്കോ പിഴച്ചു ഉണ്ടായ നിന്നായൊക്കെ അത് അറിയാതെ ഞാൻ തലയിൽ വച്ചു പോയി. കൂടുതൽ ഒന്നും എന്നെ പറയിപ്പിക്കരുത്."
അരുൺ പറഞ്ഞു നിർത്തി.

"എന്റെ അരുണിനെ പറ്റിച്ചത് അല്ലെ?
പാവം അരുൺ. ഇത് ഒന്നും അറിയാതെ തലവച്ചു പോയി. പിന്നെ, ഞങ്ങൾ നല്ല കുടുംബക്കാരാ സ്വന്തമായി മെയിൽ വിലാസം ഉള്ളവളാ ഞാൻ. നിന്നെ പോലെ അല്ല കേട്ടോ ടി പ്രതിക്ഷേ!" മഹിമ അത്രയും പറഞ്ഞു തീരും മുൻപേ പ്രതീക്ഷ അവൾക്ക് കരണം നോക്കി നല്ല അടി കൊടുത്തു.

എന്നിട്ട്, അരുണിന്റെ നോക്കി പറഞ്ഞു.
"നാണമില്ലാത്തവൻ എനിക്ക് തന്ന സ്വർണ്ണം വിറ്റു കളഞ്ഞപ്പോൾ വേസ്റ്റ് കൂനയിൽ വന്ന പെണ്ണിന്റെ സ്വർണത്തോട് അറപ്പ് തോന്നിയില്ലേ? പണത്തോടും?"

"അത് ഭർത്താവിന് അവകാശം ഉള്ളതാ."

"ആഹാ നല്ല മറുപടി അനാഥ പെണ്ണിനോട് വെറുപ്പും അവൾക്ക് കിട്ടയ സ്വർണവും പണവും ഭർത്താവിന് അവകാശപ്പെട്ടത് എന്ന് പറയാൻ ഒരു നാണക്കേട് ഇല്ല. കഷ്ടം!

പിന്നെ ഇത് ഒന്നും എനിക്ക് അറിയില്ലായിരുന്നു. ഇന്ന് നിന്റെ വായിൽ നിന്ന് തന്നെ കേട്ടത് നന്നായി. നിങ്ങൾക്ക് അറിയാമായിരുന്നു ല്ലേ? അല്ലെങ്കിൽ ഇവൾ എങ്ങനെ അറിയാനാ? നിങ്ങൾക്ക് ഇവളുടെ കൂടെ സുഖമായി ജീവിച്ചോ? ഒരുനാൾ നീ അറിയും അരുണേ എന്റെ സ്നേഹം

എത്രത്തോളം ആയിരുന്നുയെന്നു. ഞാനും മോളും പടിയിറങ്ങുന്നു. ഇനിയൊരു കൂടി കാഴ്ച ഉണ്ടാകരുത് എന്ന പ്രാർത്ഥനയോടെ...

ഇനി ഞാനും മോളും മാത്രം.

ഒരിക്കൽ നീ ദുഃഖിക്കും. നോക്കിക്കോ."

ആ വീടിന്റെ പടിയിറങ്ങിയപ്പോൾ എങ്ങോട്ടാ പോകേണ്ടത് എന്നു അറിയില്ലായിരുന്നു.

5

അവിടെന്ന് ഇറങ്ങുമ്പോൾ എനിക്കായി സീതമ്മ തന്ന വീട് ഉണ്ടല്ലോ എന്നൊരു ആശ്വാസം മാത്രമേ എനിക്ക് ഉണ്ടായിരുന്നുള്ളൂ.

എല്ലാം അരുൺ അറിഞ്ഞു വച്ചിട്ടും എന്നോട് ഇങ്ങനെ ചെയ്യാൻ തോന്നിയല്ലോ. എനിക്ക് കിട്ടിയ സ്വർണവും പണവും എടുത്തപ്പോഴും ഇത് പോലെ തന്നെ പെരുവഴിയിൽ ഉപേക്ഷിച്ചു കളയും എന്ന് ഒട്ടും കരുതിയിരുന്നില്ല. ഈ വീട് എന്റെ പേരിൽ ആയത് നന്നായി. വീട് അരുണിനെ പേരിൽ ആക്കാൻ പല വട്ടം ഞാൻ സീതാമ്മയോട് പറഞ്ഞപ്പോഴും സമ്മതിച്ചില്ല.

അത് എന്തു കൊണ്ടും നന്നായി. അല്ലെങ്കിൽ ഞാനും മോളും എങ്ങോട്ട് പോയനെ. എടുത്തു വളർത്തിയത് ആണെങ്കിലും സീതമ്മക്ക് ആ വീട് എനിക്കായി കരുതി വയ്ക്കാൻ തോന്നിയല്ലോ എന്ന് ദൈവത്തോട് ഒരായിരം നന്ദി പറഞ്ഞു.

ഇനി ഞാനും മോളും ഒറ്റയ്ക്ക്. വീട് ക്ലീൻ ചെയ്യാൻ ഓൺലൈൻ ആയി ആളുകളെ ഏർപ്പാട് ആക്കി അതിനുള്ള പൈസ ഗൂഗിൾ പേ ചെയ്തു കൊടുത്തു. വീട്ടിലേക്ക് എത്തുമ്പോൾ വീട് വൃത്തിയാക്കി കിടക്കുന്നുണ്ടാകും.

ആ വീടിന്റെ മുറ്റത്തെത്തിയപ്പോൾ പഴയ ഓരോ രംഗങ്ങളും മനസ്സിലേക്ക് ഓടി വന്നു. അമ്മ ചോർ വാങ്ങി

തരുന്നതും, അച്ചരൻ ഊഞ്ഞാൽ ആട്ടുന്നതും.

എത്ര തിരക്ക് ആണെങ്കിലും എനിക്കായി കൊണ്ട് തരുന്ന സ്നേഹത്തിന്റെ പലഹാര പൊതികളും, അച്ചരന്റെ മരണവും, അതിന് ശേഷമുള്ള ഒറ്റപ്പെടലും അവഗണനയും എല്ലാം ഒരു നിമിഷം മനസ്സിലൂടെ മിന്നി മറഞ്ഞു പോയി. കുറച്ചു നേരം ചലനമറ്റ പോലെ ആ വീട്ടിലേക്ക് നോക്കി കൊണ്ടിരുന്നു. അറിയാതെ കണ്ണിൽ നിന്ന് വെള്ളം വരുന്നുണ്ടായിരുന്നു. കുഞ്ഞാറ്റയുടെ അമ്മ എന്ന് വിളിയാണ് എന്നേ ഉണർത്തിയത്.

“അമ്മേ എന്താ ആലോചിക്കുന്നത്?”

“ഒന്നൂല്ല മോളെ. വാ അകത്തേക്ക് കയറാം, ഇനി ഇതാണ് നമ്മുടെ വീട് ഞാനും കുഞ്ഞാറ്റയും മാത്രമുള്ള സ്വർഗ്ഗം നമ്മളിവിടെ അടിച്ചു പൊളിച്ചു ജീവിക്കുന്നു.” പ്രതീക്ഷ നിറ കണ്ണുകളോടെ ചിരിച്ചു.

”അപ്പൊ അച്ചരനോ അമ്മേ?”

“അത് അച്ചരന് വേറെ കൂട്ട് കിട്ടി
അമ്മയെയും കുഞ്ഞാറ്റയും വേണ്ട എന്ന്. നമ്മൾ മാത്രം മതി ഇനി.” അവൾ പറഞ്ഞത് മുഴുവൻ ആ കുഞ്ഞിന് മനസ്സിലായില്ല, എന്നാലും കുഞ്ഞാറ്റക്ക് ഒരു കാര്യം വ്യക്തമായി അച്ചരൻ ഇനി കൂടെയില്ലെന്നും തനിക്ക് അമ്മ മാത്രമേയുള്ളു എന്നും.

അന്ന് രാത്രി കുഞ്ഞാറ്റയുടെ കെട്ടി പിടിച്ച് കിടുക്കുമ്പോൾ പ്രതീക്ഷ ആലോചിച്ചത് അത്രയും എങ്ങനെ മുന്നോട്ട് പോകുമെന്നാണ്. ബാങ്ക് അക്കൗണ്ടിലുള്ള പണം മുഴുവൻ ചെലവഴിച്ചാൽ ശരിയാവില്ല, എന്തെങ്കിലും വഴി കാണണം.

ഇപ്പോ മോളുടെ കൂടെ വേണം താനും.
യൂട്യൂബ് നോക്കി കേക്ക് ഉണ്ടാക്കാൻ പഠിച്ചിട്ടുണ്ട് അത് എന്തായാലും നന്നായി. അതിൽ കുറച്ചു വെറൈറ്റി പരീക്ഷിച്ചു കടയിൽ കുറഞ്ഞ വിലയ്ക്ക് കൊടുക്കാൻ പറ്റിയാൽ അത്

മതി. ഓൺലൈൻ ആയിട്ടും പരസ്യം ചെയ്യാം.

പിറ്റേന്ന് തന്നെ അതിനുള്ള ശ്രമങ്ങൾ തുടങ്ങി, കുറച്ചു നാൾക്ക് ശേഷം പ്രതീക്ഷയുടെ കേക്ക് ബിസിനസ് വിജയിച്ചു തുടങ്ങി. അതിനിടയിൽ, അരുൺ ഡിവോസ് നോട്ടീസയച്ചു, അത് കൈയിൽ കിട്ടിയ നേരത്ത് നെഞ്ചൊന്ന് പിടഞ്ഞു, കണ്ണുകൾ അനുസരണമില്ലാതെ നിറഞ്ഞൊഴുകി ജീവനായി കണ്ട് സ്നേഹിച്ചവൻ ആണ് വേർപിരിയാൻ ആവശ്യപ്പെടുന്നത്.

തന്നെ വേണ്ടാത്തവർക്ക് വേണ്ടി താനെന്തിന് കരയണം? വിഷമിക്കണം? തനിക്ക് കൂട്ടായി കുഞ്ഞാറ്റയുണ്ട്, അവളെ നന്നായി വളർത്തണം അച്ഛനില്ലാത്ത കുറവറിയാതെ നല്ല നിലയിൽ എത്തിക്കണം.

ഒട്ടും വച്ച് താമസിക്കാതെ അവളും ഡിവോസിന് സമ്മതമറിയിച്ചു വേർപിരിഞ്ഞു. പിറ്റേ ദിവസം തന്നെ അരുൺ മഹിമയെ വിവാഹം ചെയ്യുകയും ചെയ്തു. അത് കേട്ടപ്പോൾ ഒരു വിഷമം തോന്നിയെങ്കിലും എനിക്ക് കുഞ്ഞാറ്റ ഉണ്ടല്ലോ അത് മതി കരുതി.

പിന്നീട് സന്തോഷത്തിന്റെ നാളുകൾ ആയിരുന്നു പ്രതീക്ഷക്കും കുഞ്ഞാറ്റക്കും. അത് അധിക നാൾ നീണ്ടു നിന്നില്ല. പ്രതീക്ഷയുടെ ജീവിതത്തിന്റെ കറുത്ത ദിനത്തിലെ തുടർക്കഥ എന്ന പോലെ കുഞ്ഞാറ്റയെ കാണാനില്ല.

അന്ന്, കൂടുതൽ കേക്കിന് ഓർഡർ കിട്ടിയ ദിവസം ആയിരുന്നു. കുഞ്ഞാറ്റ അതിനിടയിൽ ഓരോ കുസൃതി ഒപ്പിച്ചു വച്ചപ്പോൾ. പ്രതീക്ഷക്ക് കുറച്ചു ദേഷ്യപെടേണ്ടി വന്നു. പിണങ്ങി അവിടെന്ന് നിന്ന് പോയി.

പ്രതീക്ഷാ ഒരു വിധം കേക്ക് സെറ്റ് ആക്കി വച്ചു. ഇനി കുഞ്ഞാറ്റയുടെ പിണക്കം തീർന്നിട്ട് മതി ബാക്കി എന്തും!

ആദ്യം പോയി നോക്കിയത് മുറിയിൽ ആയിരുന്നു അവിടെ കണ്ടില്ല. വീടും പരിസരവും മൊത്തം അരിച്ചു പെറുക്കിയിട്ടും

കുഞ്ഞാറ്റയെ കാണുന്നില്ല.

പേടിയോ ടെൻഷനോ എന്തെല്ലാമോ അവളെ പിടി കൂടിയിരുന്നു. ധൈര്യം ചോർന്നു പോകുന്നത് പോലെ തോന്നി.

മനസ്സിനെ സ്വയം ആശ്വസിപ്പിച്ചു സമയം കളയാതെ പോലീസ് സ്റ്റേഷനിൽ പോയി പരാതി കൊടുത്തു. എന്തെങ്കിലും വിവരം കിട്ടുവാണെങ്കിൽ വിളിച്ചു പറയാം എന്ന് പറഞ്ഞു എസ്. ഐ വിട്ടു.

പിന്നെയും അവൾക്ക് പറ്റുന്നത് പോലെ അന്വേഷണം നടത്തി കൊണ്ടിരുന്നു അതിലും ഫലം കണ്ടില്ല. ദിവസങ്ങൾ ആഴ്ചകളിൽ പിന്നെ ഒരു മാസമായി. അത്രയായിട്ടും കുഞ്ഞാറ്റ എവിടെ എന്ന് കണ്ടു പിടിക്കാൻ ഒരു തുമ്പ് പോലും കിട്ടിയില്ല.

ആരും സഹായിക്കാൻ ഇല്ലാതെ കുഞ്ഞാറ്റയുടെ ഓർമ്മകൾ പേറി പ്രതീക്ഷ ജീവിച്ചു കൊണ്ടിരുന്നു. പതിയെ ആ ഒറ്റപ്പെടലിൽ അവൾക്ക് കൂട്ടായി ഡിപ്രഷനും എത്തി തുടങ്ങിയിരുന്നു.

ഒരു രാത്രി ഉറക്കത്തിൽ നിന്ന് ഞെട്ടി ഉണർന്നു കുഞ്ഞാറ്റെ നീ എവിടെയാ എന്ന് അലറി വിളിച്ചു. രാത്രി സ്ട്രീറ്റ് ലൈറ്റ് വെട്ടത്തിൽ എങ്ങോട്ടോ ഓടി. ദിക്കും ദിശയും എന്താണെന്ന് അറിയാതെ കുറെയധികം ദൂരം കുഞ്ഞാറ്റയെ വിളിച്ചു ഓടി.

തളർന്നു വീഴും എന്ന അവസ്ഥയിൽ അവളെ പിന്നിൽ നിന്ന് ഒരു കാർ ഇടിച്ചു തെറിപ്പിച്ചു... ഇടിച്ച ശേഷം കുറച്ചു ദൂരം ചെന്ന് കാർ നിന്നു, ആ കാറിനുള്ളിൽ ആരോ അവൾ കിടന്ന് പിടയുന്നത് നോക്കി പുഞ്ചിരിക്കുണ്ടായിരുന്നു...

6

പ്രതീക്ഷ എത്രനേരം ബോധമില്ലാതെ അങ്ങനെ കിടന്നു എന്ന് അറിയില്ല. അപ്പോഴാണ് അർജുൻ മക്കളുമായി അതുവഴി വന്നത് റോഡ് അരികിൽ ഒരു പെൺകുട്ടി കിടക്കുന്നത് കണ്ടു. ആദ്യം വണ്ടി നിർത്താതെ കുറച്ചു ദൂരം പോയെങ്കിലും വീണ്ടും തിരിച്ചു വന്നു ചുറ്റും നോക്കി ആരെയും കാണുന്നില്ല. ഒന്നു പോയി നോക്കാം എന്ന് കരുതി കാർ തുറന്നു പുറത്ത് ഇറങ്ങി. ആ പെൺകുട്ടിയുടെ അടുത്ത് ചെന്നു.

"ബോധം ഇല്ലല്ലോ? കുലുക്കി വിളിച്ചിട്ട് അനക്കം ഇല്ലല്ലോ? ആള് വടി ആയി പോയോ?" സ്വയം പറഞ്ഞ ശേഷം മൂക്കിൽ വിരൽ വച്ചു നോക്കി ശ്വാസമുണ്ട്. അതിനിടയിൽ മക്കൾ ഇറങ്ങി വന്നു.

"അച്ഛേ! അമ്മ!"

"അത് അമ്മ അല്ല കുഞ്ഞുസേ."

"ചേട്ടാ അച്ചരാ പറയുന്നു അമ്മ അല്ലെന്ന്.
ആണ് അമ്മയായിത് അച്ഛേ അമ്മയെ എടുക്ക് നമ്മുക്ക് ആശുപത്രിയിൽ കൊണ്ട് പോകാം. നമ്മടെ അമ്മ പാവാ
എടുക്ക് അച്ചരാ എടുക്ക്."

"അച്ഛേ പ്ലീസ്..." അമ്മുവിന്റെ ഒപ്പം കിച്ചുവും കരഞ്ഞ് പറയാൻ തുടങ്ങി.

മക്കളുടെ വാക്ക് ധിക്കാരിക്കാൻ അർജുനായില്ല. ആ

പെൺകുട്ടിയെ ഒരു വിധം എടുത്തു പൊക്കി ആശുപത്രിയിൽ എത്തിച്ചു. അവിടുത്തെ ഡോക്ടറെ പരിചയം ഉള്ളത് കൊണ്ട് രക്ഷയായി.

“കുറച്ചു സീരിയസ് ആണ് അർജുൻ 24 മണിക്കൂർ കഴിഞ്ഞാല്ലേ എന്തെങ്കിലും പറയാൻ പറ്റു. തൽക്കാലം അർജുൻ കുട്ടികളേയും കൂട്ടി പോയി റൂമിൽ പോയി വിശ്രമിക്കു.” ഡോക്ടർ പറഞ്ഞു.

അർജുൻ റൂമിൽ ഇരിക്കുമ്പോൾ ചിന്തിച്ചത് അത്രയും ആ പെണ്ണ് ആരാ എങ്ങനെ ഈ നേരത്ത് നടുറോഡിൽ എത്തി അങ്ങനെ അവന്റെ മനസ്സിൽ ഒരായിരം ചിന്തകൾ കടന്നു പോയി. മക്കൾ അർജുൻ്റെ മടിയിൽ കയറിയിരുന്ന് ഉറങ്ങി. പെട്ടെന്നാണ് നേഴ്സ് വന്നു വിളിച്ചത്.

“അർജുൻ ഡോക്ടർ വിളിക്കുന്നുണ്ട്
ഡോക്ടറിന്റെ മുറിയിലേക്ക് ചെല്ലാൻ പറഞ്ഞു.” ചെല്ലാം എന്ന് അർത്ഥത്തിൽ തലയാട്ടി.

ഉറക്കത്തിൽ നിന്ന് ഉണർത്താതെ കിച്ചുവിനേയും അമ്മുവിനേയും മടിയിൽ നിന്നെടുത്ത് ബെഡിൽ കിടത്തി ഡോക്ടറുടെ റൂമിൽ പോയി.

“മേ കമിംഗ് ഡോക്ടർ?”

“യെസ് അർജുൻ ഞാൻ പറയാൻ പോകുന്ന കാര്യങ്ങൾ ശ്രദ്ധിച്ചു കേൾക്കണം. ആ കുട്ടിക്ക് ബോധം വീണിട്ടുണ്ട്. സ്കാനിംഗ് കാര്യമായ കുഴപ്പം ഒന്നും കാണുന്നില്ല. അവൾക്ക് ഒന്നും ഓർത്തു എടുക്കാൻ കഴിയുന്നില്ല വീടോ നാടോ എന്തിനു പറയുന്നു സ്വന്തം പേര് പോലും. ആ കുട്ടിയെ ഇത്രയൊക്കെ സഹായിച്ചില്ലേ ആരാണെന്ന് അറിയാതെ ഇത്രയും നേരം കാവലിരുന്നു നോക്കിയില്ലേ?

അത്രയും മതി അർജുൻ ഈ കുട്ടിയെ നോക്കാൻ സാമൂഹ്യ സംഘടനയിൽ വിളിച്ചു പറയാം. കുറച്ചു പൈസ കൊടുത്താൽ മതി. നീ എന്റെ ഫ്രണ്ടിന്റെ മകൻ ആയതു

കൊണ്ട് പറയുന്നത് അല്ല. നിന്റെ ജീവിതത്തിൽ സംഭവിച്ചത് എല്ലാം എനിക്ക് അറിയാം വേണ്ടാത്ത ഒരു തലവേദന ഏറ്റെടുക്കാൻ നിൽക്കണ്ട എന്നാണ് എന്റെ അഭിപ്രായം, ഇന്നത്തെ ദിവസം ഒരു അടഞ്ഞ അദ്ധ്യായമാണ്. അങ്ങനെ കരുതുന്നതല്ലേ നല്ലത്? നിന്റെ തീരുമാനം എന്താണ്?"

"ഡോക്ടർ ആ കുട്ടി ആരാണെന്ന് എനിക്ക് അറിയില്ല! എന്നാലും അവളെ കണ്ടപ്പോൾ എന്തൊക്കെയോ ഓർമ്മകൾ ഉള്ളിലേക്ക് വന്നു, എൻ്റെ അനിയത്തിയുടെ അറിയാത്ത പ്രായത്തിൽ ഇഷ്ടപ്പെട്ടവന്റെ കൂടെ ഒളിച്ചോടി പോയി.

കടക്കെണിയിൽ അകപ്പെട്ട നേരത്ത് അതിൽനിന്ന് രക്ഷ നേടാൻ രണ്ട് പിഞ്ച് മക്കൾ ഉണ്ടെന്ന് പോലും ഓർക്കാതെ നടത്തിയ ഒളിച്ചോട്ടം. മക്കളെ അനാഥമാക്കിയിട്ട് അവളും അവനും പോയി.

അന്ന് അവരെ കൈയ്യിലേറ്റ് വാങ്ങിയ നേരം മുതൽ ഞാൻ അവരുടെ അച്ഛനായി. തിരിച്ചറിവ് വന്ന പ്രായം തൊട്ടേ അവർ അമ്മയെ ചോദിച്ചു തുടങ്ങി. അച്ഛനോട് പിണക്കം ആണ് പിണക്കം മാറ്റാൻ ശ്രമിച്ചിട്ട് വരുന്നില്ല എന്നൊക്കെ പലതും പറഞ്ഞു.

അങ്ങനെ കള്ളങ്ങൾ കൊണ്ട് മൂടി.

ഇന്ന് റോഡിൽ അനാഥ പ്രേതം പോലെ ആ കുട്ടി കിടക്കുന്നത് കണ്ടപ്പോൾ അതിനെ ഉപേക്ഷിച്ചു പോരാൻ തുടങ്ങുന്ന സമയത്ത് മക്കൾ കാറിൽ നിന്ന് ഇറങ്ങി വന്നു പറഞ്ഞു അമ്മയാണെന്ന്. അമ്മയെ രക്ഷിക്കാൻ. അവരുടെ അമ്മയാണെന്ന് കരുതി ആ കുട്ടിയെ സ്നേഹത്തോടെ നോക്കുന്നത് കണ്ടപ്പോൾ. വേറെ ഒന്നും ചിന്തിക്കാൻ തോന്നിയില്ല. ആ കുട്ടി ആരാണെന്ന് അന്വേഷണം നടത്താൻ ഒന്നും ഞാൻ പോകുന്നില്ല.

അവരുടെ അമ്മയാണെന്ന് കരുതി തന്നെ സനേഹിക്കട്ടെ! എന്തെങ്കിലും കാലത്ത് ഓർമ്മകൾ തിരികെ കിട്ടുമ്പോൾ ഞാൻ

അവളെവിടേക്ക് പോവണം എന്ന് പറയുന്നോ അവിടെ കൊണ്ട് ചെന്നു ആക്കിക്കൊള്ളാം. മക്കൾക്ക് അമ്മയെ കുറച്ചു നാളുകൾ സ്നേഹിക്കാല്ലോ? ആ കുട്ടിക്ക് എൻ്റെ മക്കൾക്ക് ഒരു അമ്മയുടെ സ്നേഹം കൊടുക്കാൻ പറ്റിയാൽ നല്ലതല്ലേ ഡോക്ടർ?" അത്രയും പറഞ്ഞപ്പോളേക്കും അർജുൻ കരഞ്ഞു പോയി.

"താൻ കരയാതെ. കൂൾ കുട്ടികൾ റൂമിൽ ഒറ്റയ്ക്ക് അല്ലെ? പോയ്ക്കോ നാളെ രാവിലെ ആ കുട്ടിയുടെ ഡിസ്ചാർജ് ഷീറ്റ് തരാം. റൂമിലേക്ക് കുറച്ചു കഴിയുമ്പോൾ മാറ്റും. ഒക്കെ അർജുൻ."

"ഉം ശരി ഡോക്ടർ." കണ്ണുകൾ തുടച്ചുകൊണ്ട് അവൻ എഴുന്നേറ്റു റൂമിൽ ചെന്നു കുട്ടികളെ ഉണർത്തി.

"മക്കളെ എഴുന്നേക്ക് അമ്മക്ക് ബോധം വന്നു. അച്ഛ്ര ഒരു കാര്യം പറയട്ടെ. അമ്മക്ക് പഴയ കാലം ഒന്നും ഓർമ്മയില്ല. ചിലപ്പോ ദേഷ്യം ഒക്കെ കാണിക്കും. എന്നാലും, മക്കൾ അമ്മയെ സ്നേഹിച്ചു കൊണ്ടിരിക്കണം കേട്ടോ?" കുട്ടികൾ സമ്മത ഭാവത്തിൽ തലയാട്ടി.

"ദേ മക്കളെ അമ്മ വരുന്നത് കണ്ടോ?
മയക്കത്തിലാ! നേഴ്സ് ആന്റിമ്മാർ കിടത്തിയിട്ട് പോട്ടെ നാളെ ഉണരുമ്പോൾ അമ്മയോട് സംസാരിക്കാം. മക്കൾ അപ്പുറത്തെ കട്ടിലിൽ പോയി കിടന്നു ഉറങ്ങിക്കോ."

@@@@@@@@@@@@

പ്രതീക്ഷ മയക്കത്തിൽ നിന്ന് ഉണർന്നപ്പോൾ തന്റെ മുഖത്ത് നോക്കിയിരിക്കുന്ന കുട്ടികളെ കണ്ട് ഒന്നു പുഞ്ചിരിച്ചു. അവരെ അടുത്തേക്ക് വിളിച്ചു.

"ന്റെ മക്കൾ വല്ലതും കഴിച്ചോ?"
ഇല്ല എന്ന അർത്ഥത്തിൽ തലയാടി.

"അമ്മയോട് വഴക്കാണോ?"

"അല്ല അമ്മേ ഒത്തിരി ഒത്തിരി ഇഷ്ടാ."

അത് കേട്ട് അവൾ രണ്ടു പേരെയും ചേർത്തു നിർത്തി തുരെ തുരെ ഉമ്മ വച്ചു. അത് കണ്ട അർജുന്റെ കണ്ണിൽ നിന്ന് കണ്ണുനീർ പൊഴിഞ്ഞു...

ആ കാഴ്ച പുത്തൻ ജീവിതത്തിന്റെ തുടക്കം കുറിക്കൽ ആയിരുന്നു.

പ്രതീക്ഷക്ക് ഓർമ്മകൾ തിരികെ കിട്ടുമോ എന്നറിയില്ല. കാത്തിരിക്കാം. അവൾ ആരാണെന്ന ചോദ്യം ഉള്ളിൽ വെച്ച് അർജുൻ പ്രതീക്ഷയുമായി പുതിയ യാത്ര തുടങ്ങി...

7

അർജ്ജുൻ അവളെ സ്വന്തം വീട്ടിലേക്ക് കൂട്ടി കൊണ്ട് വന്നു. തലേന്ന് രാത്രി ഡോക്ടറിനോട് സംസാരിച്ച ശേഷം അർജ്ജുൻ ഒരു ഹോം നഴ്സിനെ ഏർപ്പാടാക്കിയിരുന്നു, ആൾ നേരത്തെ വന്നു പുറത്തു നിൽക്കുന്നുണ്ടായിരുന്നു.

അർജ്ജുൻ വണ്ടിയിൽ നിന്ന് ഇറങ്ങിയവരെയൊന്ന് നോക്കി അത്യാവശ്യം പ്രായമുള്ള ഒരു സ്ത്രീ ആയിരുന്നു അത്.

"ഞാൻ പറഞ്ഞത് ഓർമ്മ ഉണ്ടല്ലോ ഈ കുട്ടിയെ ആണ് നോക്കേണ്ടത്." അർജ്ജുൻ അവരെ മാറ്റിനിർത്തി എല്ലാ കാര്യങ്ങളും പറഞ്ഞശേഷം പ്രതീക്ഷയെ കാണിച്ചു കൊടുത്തു. അവർ അവളെ നോക്കിയ ശേഷം തലയാട്ടി സമ്മതിച്ചു.

ഇതേസമയം, അർജ്ജുൻ്റെ വണ്ടിയിൽ നിന്ന് ഇറങ്ങിയ പ്രതീക്ഷ ചുറ്റും നോക്കി വണ്ടിയുടെ അടുത്ത് തന്നെ എന്താണ് ചെയ്യേണ്ടതെന്ന് അറിയാതെ നിന്നു.

ഒട്ടും പരിചയം തോന്നുന്നില്ല.അവളുടെ ഉള്ളിൽ ഭയം കടന്നു വരുന്നുണ്ടെന്ന് അർജ്ജുന് തോന്നി.

"കിച്ചു അമ്മു അമ്മയെ കൂട്ടി കൊണ്ട് പോയി മുറി കാണിച്ചു കൊടുക്ക്.

ഈ ആന്റി അമ്മയെ നോക്കാൻ വന്നതാ. അകത്തേക്ക് കൂട്ടി കൊണ്ട് പോ ആന്റിക്കും ഒരു മുറി കൊണ്ടു പോയി കാണിച്ചു കൊടുക്ക്." അവളുടെ നിൽപ്പ് കണ്ട് അർജ്ജുൻ കുട്ടികളോട്

പറഞ്ഞു. അവർ അകത്തേക്ക് പോയത് നോക്കി കുറച്ചു നേരം അവിടെ നിന്നിട്ട് അർജുൻ അമ്മയുടെ മുറിയിൽ ചെന്ന് നോക്കി. കണ്ണ് തുറന്നു കിടക്കുകയാ.

“എന്താ അമ്മേ ഭക്ഷണവും മരുന്നും ഒന്നും കഴിച്ചില്ലേ?”

“ഇല്ലടാ, ജാനു വന്നില്ല. അവൾക്ക് എന്ത് പറ്റി എന്നു അറിയില്ല.”

”ഞാൻ ഇന്നലെ വിളിച്ചു ജാനു ചേച്ചിയോട് പറഞ്ഞത് ആണല്ലോ. എനിക്ക് വരാൻ പറ്റില്ല അമ്മയെ നോക്കണം എന്ന്.”

“അവൾ ഒന്ന് വന്നിരുന്നു കൂട്ട് കിടക്കാൻ. എന്തോ അത്യാവശ്യത്തിനു മകൻ വിളിച്ചിട്ട് പോയിരിക്കുകയാണ്. അരമണിക്കൂറിനുള്ളിൽ വരാം എന്നു പറഞ്ഞു പോയതാ. വന്നില്ല ഞാൻ ഒന്നു മയങ്ങി പോയി നിന്റെ കാറിന്റെ ഒച്ച കേട്ട് എഴുന്നേറ്റതാണ്. നീയിന്നലെ മക്കളേയും കൊണ്ട് പെട്ടെന്ന് വരാമെന്ന് പറഞ്ഞ് പോയതല്ലേ എന്ത് പറ്റി? ആരോടോ നീ എന്തൊക്കെയോ പറയുന്നത് കേട്ടു. എന്താടാ?”

“അത് അമ്മേ ഇന്നലെ നൈറ്റ് ഡ്രൈവ് കിച്ചുവിനെയും അമ്മുവിനെയും കൊണ്ട് പോയില്ലേ. അപ്പോൾ റോഡിൽ ഒരു പെൺകുട്ടി വണ്ടിയിടിച്ച് ബോധംകെട്ട് കിടക്കുന്നത് കണ്ടു. ആ കുട്ടിയെ കണ്ടപ്പോൾ മക്കൾ ഒരേ ബഹളം,

അപ്പൊ ഒന്നും ആലോചിച്ചില്ല ആ കുട്ടിയെ ഹോസ്പിറ്റലിൽ അഡ്മിറ്റ് ആക്കി. ഡിസ്ചാർജ് വാങ്ങി ഇങ്ങ് കൊണ്ട് വന്നു. മക്കളെ എത്രനാളായി നുണ പറഞ്ഞു പറ്റിക്കുന്നു. ആ കുട്ട്യേ കണ്ടപ്പോ അവർക്ക് അമ്മയെ ആയി തോന്നി. അമ്മയ്ക്ക് അറിയുന്നത് അല്ലെ കാര്യങ്ങൾ?”

“നന്നായി മോനെ നല്ല കാര്യമാ മോൻ ചെയ്തത്. ദൈവം എന്റെ മോനെ അനുഗ്രഹിക്കും. ആ കുട്ടിക്ക് എങ്ങനെയുണ്ട്?”

“ആ കുട്ടിക്ക് ഓർമ്മ ഒന്നുമില്ല തിരിച്ചു കിട്ടാൻ സാധ്യത കുറവാണെന്നാ ഡോക്ടർ പറഞ്ഞത്. അവളെ നോക്കാൻ

ഹോം നേഴ്സിനെ ഏർപ്പാടാക്കി. കുഞ്ഞുങ്ങളുടെ കാര്യവും അമ്മടെ കാര്യവും നോക്കാൻ ജാനു ചേച്ചി ഉണ്ടല്ലോ."

അമ്മ വയ്യാതെ കിടക്കാൻ തുടങ്ങിട്ട് മൂന്ന് വർഷത്തോളമായി. അനിയത്തിയുടെ മരണം താങ്ങാനുള്ള കരുത്തുണ്ടായില്ല പാവം... അമ്മക്ക് ചോറും മരുന്നും കൊടുത്തു കിടത്തി.

"അമ്മ കിടന്നോ മക്കൾക്ക് എന്തെങ്കിലും ഉണ്ടാക്കി കൊടുക്കട്ടെ."

അമ്മയുടെ മുറിയിൽ നിന്നും പുറത്തേക്ക് ഇറങ്ങി. നൂറായിരം ചോദ്യങ്ങൾ അവന്റെ മനസ് അവനോട് ചോദിച്ചു കൊണ്ടിരുന്നു. ഇവളുടെ പേര് പോലും അറിയില്ല. അത് കണ്ട് പിടിക്കാം എന്നു വച്ചാൽ ഒരു തെളിവും ഇല്ല.

"കിച്ചു, അമ്മു എന്താ വേണ്ടത് കഴിക്കാൻ അച്ചരൻ ഉണ്ടാക്കി തരാം."

"വേണ്ട അച്ചരാ നേഴ്സ് ആന്റി ഉണ്ടാക്കി തന്നു. അച്ചരന്റെ ഭക്ഷണം അവിടെ മേശ പുറത്തുണ്ട്. ഞങ്ങൾ അമ്മൂമ്മയെ കണ്ടിട്ട് വരാം."

നാളുകൾ എത്ര പെട്ടെന്നാ കൊഴിഞ്ഞു പോയത്. ആ കുട്ടി ഞങ്ങളുടെ ജീവിതത്തിന്റെ ഭാഗം ആയിട്ട് മൂന്ന് വർഷമായി. അവള് വന്നശേഷം ഒരിക്കൽ കിച്ചുവും അമ്മുവും ചോദിച്ചു.

"അമ്മടെ പേര് എന്താണ് അച്ചരാ? അമ്മയോട് ചോദിച്ചപ്പോൾ അറിയില്ല പറഞ്ഞു."

"അത്... അത് പിന്നെ..." അർജുൻ എന്ത് പറയണം എന്നറിയാതെ കുഴങ്ങി.

"അയ്യേ ഇത്ര നാൾ ആയിട്ടും അമ്മയുടെ പേര് അറിയില്ല എന്ന് വച്ചാൽ കഷ്ടമാണ്." ആ വാക്കുകൾ കാതുകളിൽ അലയടിച്ചു. എന്ത് പറയണമെന്ന് അർജുൻ ചിന്തിച്ചു.

പെട്ടെന്ന് ഓർമ്മയിൽ വന്നത് ബാല്യത്തിൽ കൂടെ കളിച്ചു നടന്ന കളി കൂട്ടുകാരിയുടെ പേരാ ദേവു. അവൾ

എവിടേയെന്ന് പോലും അറിയില്ല.

"എന്താ അച്ഛേ ആലോചിക്കുന്നത്?
കഷ്ടം തന്നെ അച്ഛന്റെ കാര്യം അമ്മടെ പേര് പോലും ഓർത്തു വയ്ക്കാൻ ഉള്ള ഓർമ്മയില്ലേ. ചേട്ടാ നമ്മുക്ക് സന്തോഷ് ബ്രഹ്മി വാങ്ങി കൊടുക്കാം..."

"അമ്മടെ പേര്... കിട്ടി."

"പറ അച്ഛേ..."

"പേര് ദേവു."

"ഹാവു അച്ഛന് ഓർമ്മ കിട്ടി. എന്തായാലും."

"ഹായ് നല്ല പേര്. ഞങ്ങളുടെ സ്വന്തം ദേവുമ്മ..."

അർജുൻറെ വീട്ടിൽ എത്തി കുറച്ചു നാൾ കൊണ്ട് അവളുടെ മുറിവുകളും ഡിപ്രഷനും മാറി. മക്കൾക്ക് രുചിയുള്ള ആഹാരം ഒക്കെ വച്ചു കൊടുത്തും. ഉട്ടിയും ഉറക്കിയും അവരുടെ അമ്മയായി എത്ര പെട്ടെന്നാ അവൾ മാറിയത്. ആ കുട്ടി മക്കളോടും അമ്മയോടും നന്നായി സംസാരിക്കും എന്നെ ക്കണ്ടാൽ ഒന്നും മിണ്ടില്ല. ഒരിക്കൽ പോലും നേരെ നോക്കിയിട്ട് കൂടി ഇല്ല.

"അമ്മ ഉണ്ടാക്കി തരുന്ന ഭക്ഷണത്തിനു നല്ല രുചി."

"അമ്മയുടെ ഭക്ഷണത്തിന് നല്ല രുചി ആണല്ലേ?"

"അമ്മുവിനും കിച്ചു ചേട്ടനും പാപ്പം വായിൽ വച്ചു തന്നു. സന്തോഷമായി ഞങ്ങൾക്ക്." അമ്മു പറഞ്ഞു.

"അതെ അച്ഛാ അമ്മു പറഞ്ഞത് ശരിയാ. അമ്മ വാരി തന്നപ്പോൾ നല്ല രുചി ആയിരുന്നു." അമ്മുവിന് ഒപ്പം കിച്ചുവും പറഞ്ഞു. എല്ലാം കേട്ട് അർജുൻ ചിരിച്ചു.

രണ്ട് പേരും പുറത്തേക്ക് കളിക്കാൻ പോയി. അവന്റെയുള്ളിൽ എന്തെന്നില്ലാത്ത സന്തോഷം തോന്നി. മക്കളുടെ കളിയും ചിരിയും കളിയൊക്കെ അങ്ങനെ നോക്കിയിരുന്നു പോയി. അപ്പോഴാണ് ആ വിളി കാതിൽ കേട്ടത്.

"ചേട്ടാ! ഭക്ഷണം കഴിക്കാൻ വായോ."

ആരാ ഇപ്പൊ എന്നേ ചേട്ടൻ എന്നു വിളിക്കാൻ. ഞാൻ തിരിഞ്ഞു നോക്കിയപ്പോൾ ആ കുട്ടി
പുഞ്ചിരിച്ചുകൊണ്ടിരിക്കുന്നു. പതിയെ അവളുടെ പിന്നാലെ ചെന്നു പക്ഷേ
ചോറ് കഴിക്കാൻ വയ്യ.

ആ വിളി സത്യം ആണെന്ന് വിശ്വസിക്കാനാവാതെ ഇരിക്കുകയായിരുന്നു അർജുൻ. എനിക്ക് തോന്നിയത് ആകുമോ? അതോ എന്റെ തലയിൽ ആരെങ്കിലും അടിച്ചോ. ആർക്കറിയാം! എന്റെ തലയിലെ കിളി മൊത്തത്തിൽ പോയത് ആണോ എന്നു ആർക്കറിയാം.

8

എന്നെ തന്നെയാണോ അവൾ കഴിക്കാൻ വിളിക്കുന്നത്. കിളി എത്രയെണ്ണം തലയിൽ നിന്ന് പോയത് എന്നറിയില്ല. ഇതൊക്കെ തോന്നൽ ആണോ എന്നു ചോദിച്ചാലും അതും വല്യ പിടിയില്ല. എന്തെങ്കിലും ആവട്ടെ. രുചിയുള്ള ഭക്ഷണം കഴിക്കാല്ലോ.

"ചേട്ടന്റെ രുചി ഒന്നും എനിക്ക് അറിയില്ല. മക്കളുടെ ഇഷ്ടത്തിനാണ് ഉണ്ടാക്കിയത്." അർജ്ജുൻ മറുപടി ഒന്നും പറയാതെ കഴിച്ചു.

അവൻ മനസ്സിൽ പറഞ്ഞു തോന്നൽ അല്ല സത്യമാണ്. അത്ഭുതം തന്നെ ഇപ്പോഴാണ് ഇത് വീടായി തോന്നിയത്. അടക്കവും ചിട്ടയും വന്നിട്ടുണ്ട്. കഴിച്ചു കഴിഞ്ഞപ്പോഴേക്കും മേശപ്പുറത്തു നിരത്തി വച്ചിരിക്കുന്ന ഓരോന്ന് എടുത്തു കൊണ്ട് പോയി. അവൾക്ക് കുറെയധികം മാറ്റം സംഭവിച്ചത് പോലെ! അമ്മയുടെ അടുത്തും മക്കളോടും അങ്ങനെ തന്നെ!

ഈ മൂന്ന് വർഷം കൊണ്ട് ഉറങ്ങി കിടന്ന വീട് ഒന്ന് ഉണർന്ന്, മൊത്തത്തിൽ ഐശ്വര്യം വന്നത് പോലെ. സന്ധ്യസമയത്തു വിളക്ക് തെളിയിച്ചു നിൽക്കുന്നത് കണ്ടപ്പോൾ മനസ്സ് നിറഞ്ഞു. അകത്തു കയറി ചെന്നപ്പോൾ ചായ കൊണ്ട് തന്നിട്ട് മക്കളെ പഠിപ്പിക്കാൻ അവൾ പോയി.

അവളുടെ ഓരോ പെരുമാറ്റവും എനിക്ക് എന്തൊക്കെയോ തോന്നുന്നുണ്ട്!
ഓർമ്മകൾ തിരിച്ചു കിട്ടിയിട്ട് എന്നോട് അഭിനയിക്കുകയാണോ? ഒരു പിടിയും കിട്ടുന്നില്ല.

ഇന്ന് രാത്രി അവളോട് ഒന്ന് സംസാരിക്കണം. മക്കൾ ഉറങ്ങാൻ ആയി അർജുൻ കാത്തിരുന്നു. കുറച്ചു കഴിഞ്ഞ് മുറിയിലേക്ക് ചെന്നു.
"കുട്ടികൾ ഉറങ്ങിട്ടോ." അർജുനെ കണ്ടപ്പോൾ അവൾ പറഞ്ഞു.

"ഉം. എനിക്ക് തന്നോട് സംസാരിക്കാനുണ്ട്."

"എന്താ?"

"തനിക്ക് എന്താ സംഭവിച്ചത് എന്ന് അറിയാമോ? ഓർമ്മ വല്ലതും..."

"എനിക്ക് അറിയമായിരുന്നു താങ്കൾ എന്റെ അടുത്ത് വന്നു ചോദിക്കും എന്ന്.
എന്റെ ഓർമ്മകൾ എനിക്ക് തിരികെ കിട്ടിയിട്ട് കുറച്ചു മാസങ്ങളായി. ഞാൻ എല്ലാം ഓർമ്മയില്ലാത്തതു പോലെ അഭിനയിച്ചത് വേറെ ഒന്നും കൊണ്ട് അല്ല.

ഇവിടെ നിന്ന് എനിക്ക് കുറച്ചു സത്യങ്ങൾ അറിയാൻ വേണ്ടിയാണ്. എന്തൊക്കെയോ ഈ വീട്ടിൽ എന്റെ ജീവിതമായി പൊരുത്തപ്പെട്ടു കിടക്കുന്നുണ്ടെന്നു എന്റെ മനസ്സിൽ ആരോ പറയുന്നത് പോലെ. അതിന് എന്നെ അതിലേക്ക് നയിക്കുന്ന ചില തെളിവുകൾ ഇവിടുന്ന് എനിക്ക് കിട്ടി."

"താനിത് എന്തൊക്കെയാ പറയുന്നത്?"

"ഞാൻ പറഞ്ഞത് സത്യമാണ് തങ്ങളുടെ അമ്മയുടെ മുറിയിൽ നിന്നാണ് എനിക്കാ തെളിവുകൾ കിട്ടിയത്.
എന്താണെന്ന് അല്ലേ? ഈ ഫോട്ടോ കണ്ടോ? ഇത് എന്റെ അച്ഛനാണ് പേര് സേതു. നിങ്ങൾക്ക് അറിയാമോ?"

അവൾ അവനെ സൂക്ഷിച്ചു നോക്കിയ ശേഷം തുടർന്നു.

"താങ്കളുടെ ഈ മുഖം വിളിച്ചു പറയുന്നുണ്ട്. എന്തൊക്കെയോ അറിയാം എന്ന്. താങ്കൾക്ക് അറിയാവുന്ന കാര്യങ്ങൾ എന്നോട് പറയണം, അതിന് മുൻപ് എന്റെ പേര് പറയാം പ്രതീക്ഷ. സേതുവിന്റെയും സീതയുടെയും കിങ്ങിണി ആയി വളർന്ന അവരുടെ വളർത്തു പുത്രി..." പ്രതീക്ഷ തന്റെ ജീവിത കഥ അർജുനോട് പറഞ്ഞു. ശേഷം അമ്മയുടെ മുറിയിൽ നിന്ന് കിട്ടിയ ഡയറിയുടെ കാര്യവും.

അതിലെ വരികൾ അവൾ ഉറക്കെ വായിച്ചു.

"എന്റെ ജീവിതം നശിപ്പിച്ച സേതു നിനക്ക് മാപ്പില്ല. നിന്റെ മരണം എന്റെ കൈ കൊണ്ടാണ്. നീ ഇപ്പോൾ ടെൻഷൻ അടിച്ചു ചാവുന്നുണ്ടാകും. എനിക്ക് നന്നായി അറിയാം. ആ ടെൻഷനിൽ നീ വീട്ടിലേക്ക് വരുമെന്നും ഉറപ്പുണ്ട് ആ സമയം മതി എനിക്ക്. നിന്റെ സമനം ഇന്നത്തോടെ കഴിഞ്ഞു. ഗുഡ് ബൈ സേതു...

പിന്നെ, ഒരു കാര്യം വിട്ടു പോയി. അത് പരലോകത്ത് ഞാനും എത്തുമ്പോൾ അതും പറഞ്ഞു തരാം എന്താണെന്ന് അല്ലേ? രവിയുടെ പേരിൽ വിളിച്ചത് ഞാനാ. പുതിയ ടെക്നോളജി ഒക്കെ വന്നിട്ടുണ്ടല്ലോ? വോയിസ് മാറ്റി വിളിക്കാൻ പറ്റുന്നത്. അതിന് വേണ്ടി പുതിയ സിം വാങ്ങി വിളിച്ചു. നിന്റെ മരണത്തോടെ ആ ഫോണും എനിക്ക് ആവശ്യമില്ല. തെളിവ് ഇല്ലാത്ത കൊലപാതകം, വെറും ആക്സിഡന്റ് ആയി തന്നെ എല്ലാവരും കരുതു. ദൈവം വിചാരിച്ചാലും ഒരു തുമ്പും കിട്ടാതെ അവശേഷിക്കും."

ഇത്രയും വായിച്ചു കഴിഞ്ഞപ്പോൾ അവൾ കരയാൻ തുടങ്ങി. കേട്ടത് വിശ്വസിക്കാൻ ആവാതെ അർജുൻ ശില പോലെ നിന്നുപോയി.

"പ്ലീസ് ഈ ഡയറി ആരുടേതാണ്.

പാവം പിടിച്ച അച്ഛനോട് ഇത്രയും അധികയധികം

വൈരാഗ്യം ആർക്കാ.

പറ." കുറച്ചു നേരം ആ നിൽപ്പ് രണ്ട് പേരും നിന്നു മൗനം വെടിഞ്ഞു

അർജുൻ പറഞ്ഞു തുടങ്ങി.

അവന്റെ ജീവിതത്തിലെ താളുകളിലേക്ക്...

9

"എന്റെ ജീവിതം മൊത്തം ഭാഗ്യക്കേട് നിറഞ്ഞതാണ്. നിന്റെ കൈയിലുള്ള ആ ഡയറി എന്റെ അച്ഛന്റേതാണ്. ആ ഡയറിയിൽ എന്താണ് ഉള്ളത് എന്ന് ഈ നിമിഷം വരെ എനിക്ക് അറിയില്ലായിരുന്നു. ഡയറി എഴുതുന്ന ശീലം അച്ഛന് ഉണ്ടോ എന്നറിയില്ല. താൻ കാണിച്ച ഫോട്ടോ ഇല്ലേ. അതിൽ കാണുന്ന സേതു അങ്കിളിനെ ഒന്നോ രണ്ടോ തവണയേ കണ്ടിട്ട് ഉള്ളു. ഈ വീട്ടിൽ വച്ച് അച്ഛന്റെ ഒപ്പം.

അച്ഛൻ പ്രത്യേക സ്വഭാവക്കാരൻ ആണ്. അമ്മയ്ക്ക് പോലും അച്ഛന്റെ സ്വഭാവത്തെ കുറിച്ച് പിടിയില്ല. അമ്മയും അച്ഛനും ഒരു ദിവസം രാത്രിയിൽ വഴക്ക് ഇടുന്നത് കണ്ടിട്ട് ഉണ്ട്. ആ വഴക്ക് വ്യക്തമായി ഞാൻ ഇന്നും ഓർക്കുന്നു.

ഇനി ഇവിടെ സേതുവരുമ്പോൾ സ്നേഹം കാണിച്ചു വശത്താക്കി കുറച്ചു ഫോട്ടോ ഒക്കെ ഒപ്പിച്ചു ബ്ലാക്ക് മെയിൽ ചെയ്തു കുറച്ചു പണം ഒക്കെ തട്ടാം ടി നമ്മുക്ക്. നീ ഒന്ന് കിടന്നു കൊടുത്താലും കുഴപ്പമില്ല."

"എനിക്ക് പറ്റില്ല അമ്മ ദേഷ്യത്തിൽ അലറി. ഇത്രയധികം വൃത്തികെട്ട മനുഷ്യൻ. രണ്ട് മക്കൾ ഉള്ളതാ. അത് ഓർമ്മ വേണം..."

"ഒന്ന് പോടി. അവനു വേസ്റ്റ് കൂനയിൽ നിന്ന് കുഞ്ഞിനെ കിട്ടിയപ്പോൾ കോടീശ്വരൻ ആയി. ആ കിട്ടിയ കുട്ടി ഭാഗ്യം

ഉള്ളതാ. അവന്റെ കൈയിൽ പൂത്ത കാശാ ഞാനും അവനും ഉറ്റ ചങ്ങാതിമ്മാർ ആയിരുന്നു. അവൻ വലിയ നിലയിൽ എത്തി ഞാൻ ഇപ്പോഴും വെറും വട്ട പൂജ്യം. ഇനിയെങ്കിലും എനിക്കും ഒന്ന് ജയിക്കണം. അവനു മാത്രം പോരല്ലോ എനിക്കും വേണ്ടേ ഒരു ജയം ഒക്കെ.

പഠിക്കുന്ന സമയത്തും അവനാ എല്ലായിടത്തും വിജയിക്കുന്നത്.

നീയും സീതയും ഒരുമിച്ചു പഠിച്ചത് അല്ലെ? നിന്നെ അല്ല ഞാൻ സ്നേഹിച്ചത്. സീതയെയാണ്. അതും

അവളുടെ അച്ഛന്റെ കൈയിലെ പൂത്ത പണം കണ്ടിട്ട് തന്നെ! പക്ഷേ കിട്ടിയത് അവനും. അവിടേയും ഞാൻ തോറ്റു, അല്ല അവനെന്നെ തോൽപ്പിച്ചു. അന്ന് മുതൽ എനിക്ക് അവനോട് വല്ലാത്ത അസൂയ ആയിരുന്നു.

അവർക്ക് കുഞ്ഞ് ഉണ്ടാകില്ല എന്ന് അറിഞ്ഞപ്പോൾ ഞാൻ ഒത്തിരി സന്തോഷിച്ചു ഓരോന്ന് പറഞ്ഞു വേദനിപ്പിച്ചു മുഴു കുടിയനക്കി അവന്റെ കയ്യിൽ ഉള്ള സ്ഥലം വാങ്ങി എടുക്കാൻ. എന്റെ പദ്ധതികൾ എല്ലാം വിജയം കണ്ടു വന്നപ്പോൾ ആണ്. ആ കുട്ട്യേ അവനു കിട്ടുന്നതും ആരും അറിയാതെ ഉള്ള സ്ഥലം വിറ്റു. വേറെ നാട്ടിൽ പോയി താമസിച്ചതും. പിന്നെ ഒരറിവും ഇല്ലായിരുന്നു ഞാൻ കുറെ അന്വേഷിച്ചു, കണ്ടെത്തിയപ്പോഴേക്കും അവൻ വലിയ പണക്കാരനായി.

പെട്ടെന്നാ അവന്റെ ബിസിനസ് വളർന്നു വലുതായത്. ആദ്യം അസൂയ ആയിരുന്നു പിന്നെ വന്നു വന്ന് എനിക്ക് അവനോട് പകയായി. അവനെ തേടി കണ്ടുപിടിച്ചു പിന്നെയും ബന്ധം സ്ഥാപിച്ചത് അവന്റെ കുറച്ചു പണം കള്ളം പറഞ്ഞു തട്ടിയെടുക്കാനാ.

കണ്ടറിഞ്ഞു കുറച്ചു ഒക്കെ തന്നു ഒരു 50000 കുണുവാ അത് കൊണ്ട് എന്ത് ആവാനാ പുല്ല്. നിന്നോട് ഞാൻ ചെറിയ സഹായം ചോദിച്ചപ്പോ പറ്റില്ലല്ലേ ടി മൂദേവി. കാണിച്ചു തരാം

എല്ലാത്തിനെയും."

അമ്മയ്ക്ക് അടി വയറ്റിൽ ഒരു ചവിട്ട് കൊടുത്തു പുറത്തു പോയതാ, പിന്നെ ഞങ്ങൾ കേൾക്കുന്നത് അച്ഛൻ മരിച്ചു എന്ന വാർത്തയും. പിന്നെ ടിവി ന്യൂസിലൂടെയാണ് സേതു അങ്കിൾ മരിച്ചു എന്ന് അറിയുന്നതും. കാര്യമായി ഒന്നും തന്നെ അറിയില്ല. എന്താണ് അവിടെ സംഭവിച്ചത് എന്ന്. അതിന് സാക്ഷികൾ ആരും തന്നെ ഇല്ല. ദൈവം വിധി നടപ്പിലാക്കി. ആർക്കും പിടി കിട്ടാത്ത മരണം. അച്ഛന്റെ മരണം അച്ഛൻ ചോദിച്ചു വാങ്ങിയതാ.

ഒരു മകൻ ഒരിക്കലും പറയാൻ പറ്റില്ലാത്താതാണ്, അച്ഛന്റെ മരണം ഞങ്ങൾക്ക് ഷോക്ക് ഒന്നും അല്ലായിരുന്നു, ഒരു കണക്കിന് അത് നന്നായേയുള്ളു, അല്ലെങ്കിൽ ഒരുപാട് ജീവിതങ്ങൾ അച്ഛൻ കാരണം നശിച്ചേനേ.

അച്ഛൻ ദ്രോഹിച്ചവരുടെ ശാപം ആവും ഞങ്ങളിന്ന് അനുഭവിക്കുന്നതെല്ലാം. അതിനിടയിൽ അപ്രതീക്ഷിതമായി അനിയത്തിയുടെ ആത്മഹത്യ ആണ് അമ്മയെ ഈ നിലയിൽ ആക്കിയത്. എന്ത് പറയാനാ എന്ന് പറ? വിധിയുടെ വിളയാട്ടം. എന്റെ വിവാഹവും ഒരു പരാജയമായിരുന്നു.

ഞാൻ വിവാഹം കഴിച്ചത് ഒരു മഹിമയേയാണ്. അവളുടെ മനസ്സിൽ വേറെ ആളോടായിരുന്നു ഇഷ്ടം എന്ന്. അയാൾക്ക് അറിയില്ല എന്നും പറഞ്ഞു. ആദ്യ മാസം തന്നെ ഓരോ പ്രശ്നം ഉണ്ടാക്കി അവൾ തന്നെ ഡിവോഴ്സ് വാങ്ങി വേർപിരിഞ്ഞു പോയി."

അതും ഒരു കണക്കിന് നന്നായി. പൊരുത്തപ്പെടാതെ രണ്ട് ധ്രുവങ്ങളിൽ കഴിയുന്നതിലും ഭേദം അല്ലെ.

മഹിമ എന്നാ പേര് ഞെട്ടല്ലോടെയാണ് പ്രതീക്ഷാ കേട്ടത്.

"എന്താടോ ആ പേര് കേട്ടപ്പോൾ ഞെട്ടൽ?" അവളുടെ മുഖഭാവം കണ്ട് അർജുൻ ചോദിച്ചു.

"അവളാ എന്റെ ജീവിതം നശിപ്പിച്ചത്. എന്റെ ഭർത്താവിനെ തട്ടിയടുത്ത നീച."

"അവൾ മനസ്സിൽ കൊണ്ട് നടന്നത് ഈ ഫോണിൽ കാണുന്ന ആളെ ആണോ എന്ന് നോക്കിയേ. അവൾ മാര്യേജ് കഴിഞ്ഞു എന്ന് പറഞ്ഞു. എനിക്ക് അയച്ചു തന്നതാ."

"അതെ! ഇതാണ് എന്റെ ഭർത്താവ് അരുൺ." പ്രതീക്ഷ ഒന്ന് നിർത്തിയ ശേഷം തുടർന്നു.

"അവർ ജീവിച്ചോട്ടെ പരാതി ഇല്ല
എനിക്ക് ഒരു മോളുണ്ട്, അവളാണ് ഈ ലോകത്തിലെ എനിക്ക് ആകെയുള്ള സ്വന്തവും ബന്ധവും എല്ലാം. എനിക്ക് എന്റെ മോളെ കണ്ടെത്തണം. അതാണ് എന്റെ ലക്ഷ്യം."

"എല്ലാത്തിനും ഞാനുണ്ട് തന്റെ കൂടെ...
നാളെ തൊട്ട് തന്റെ മോളെ അന്വേഷിച്ച് തുടങ്ങാം കണ്ടു പിടിക്കാം ടോ... താൻ സമാധാനമായി ഒന്ന് ഉറങ്ങു. നാളെ വിശദമായി സംസാരിക്കാം. ഗുഡ് നൈറ്റ്." അവൾ സമ്മതഭാവത്തിൽ തലയാട്ടി. അർജുൻ ആ മുറി വിട്ട് പുറത്തേക്ക് പോയി.

കിടന്നിട്ടും ഉറക്കം അവന്റെ മാടി വിളിക്കുന്നില്ല എന്നു ഓർത്തപ്പോൾ അവന് അതിശയം തോന്നി.

10

അതെ സമയം
ആ രാത്രിയിൽ പ്രതീക്ഷക്ക് ഉറങ്ങാൻ കഴിഞ്ഞില്ല. അതെ അവസ്ഥ ആയിരുന്നു അർജുനും. അന്നുവരെ പരസപരം കണ്ടില്ലാത്ത രണ്ട് പേർ. ഈ കണ്ടുമുട്ടൽ ഉത്തരം ഇല്ലാത്ത ചോദ്യം പോലെയാണ്.

പക്ഷേ അവർക്ക് ഇടയിൽ സംഭവിച്ച കാര്യങ്ങളിലൂടെ ഒരു കാണാ നൂലിൽ അവരെ പരസ്പരം ബന്ധിപ്പിച്ചു എല്ലാം ഒരു നിമിത്തം പോലെ തോന്നുന്നു. ഇരുവരും ഓരോന്ന് ആലോചിച്ച് തിരിഞ്ഞും മറിഞ്ഞും ഒരു വിധം നേരം വെളുപ്പിച്ചെടുത്തു.

"ഡോ നമ്മക്ക് ഇന്ന് ഒരിടം വരെ പോണം. കിച്ചുവും അമ്മുവും സ്കൂളിൽ എത്തുന്നതിനു മുൻപേ വരുകയും ചെയ്യാം. പെട്ടെന്ന്, റെഡി ആയി വാ." രാവിലെ കുട്ടികൾ സ്കൂളിൽ പോയ ശേഷം പ്രതീക്ഷയോട് അർജുൻ പറഞ്ഞു.

അവൾ സമ്മതഭാവത്തിൽ തലയാട്ടി വേഗം റെഡി ആയി വന്നു.

"അമ്മേ ഞങ്ങൾ ഒരു അത്യാവശ്യ കാര്യത്തിന് പോകുകയാണ്. ജാനു ചേച്ചി ഇപ്പൊ വരും."

"ശരി മക്കളെ പോയിട്ട് വായോ..."

"എന്നാ പോയിട്ട് വരാം അമ്മേ..."

"നമ്മൾ ഇന്ന് കാണാൻ പോകുന്ന ആളെ കണ്ടാൽ താൻ ഞെട്ടും. കുഞ്ഞാറ്റയെ കുറിച്ച് എന്തെങ്കിലും കാര്യം അറിയാൻ പറ്റും എന്നു മനസ്സ് പറയുന്നു." യാത്രക്കിടെ അർജുൻ പറഞ്ഞു. അത് കേട്ട് ഒന്നും മനസ്സിലാവാതെ പ്രതീക്ഷ അവനെ നോക്കി. അർജുൻ തുടർന്നു.

"അയാൾ ഇപ്പൊ മരണത്തോട് മല്ലിട്ടു കൊണ്ടിരിക്കുകയാണ്. താൻ എന്റെ കൂടെ ആണെന്ന് അയാൾക്ക് അറിയില്ല.

ചിലപ്പോ നമ്മളെ രണ്ടു പേരെയും ഒന്നിച്ച് കണ്ടാൽ അയാൾ ഞെട്ടാനും സാധ്യതയുണ്ട്."

"ആരാണെന്നു പറഞ്ഞില്ലല്ലോ ഇതുവരെ."

"അത് കാണുമ്പോൾ അറിഞ്ഞാൽ പോരെ? ഇത് ഞാൻ അറിയുന്നത് ഇന്നലെ രാത്രി നമ്മൾ പിരിഞ്ഞ സമയത്ത് വന്ന ഒരു ഫോൺ കോൾ വഴിയാണ്. വ്യക്തമായി ഒന്നും പറഞ്ഞില്ല.

അയാൾ ഫോൺ കട്ട് ആക്കി ഇങ്ങോട്ട് വരാനുള്ള റൂട്ട് മാപ്പ് അയച്ചു തന്നു.

ഇപ്പൊ എത്തും ടോ ടെൻഷൻ ആവാതെ കൂൾ ബീ കൂൾ..."

ആശുപത്രിയിൽ എത്തിയപ്പോൾ ആരാണെന്നുള്ള ആകാംക്ഷ പ്രതീക്ഷയുടെ മുഖത്ത് ഉണ്ടായിരുന്നു.

ഞങ്ങളെ കാത്തിരിക്കുന്ന പോലെ ഒരാൾ അവിടെ നിൽക്കുന്നുണ്ടായിരുന്നു.

"ഞാനാണ് വിളിച്ചത്." അർജുൻ ചുറ്റും നോക്കുന്നത് കണ്ടപ്പോൾ അയാൾ അടുത്ത് വന്നു പറഞ്ഞു.

"സോറി എനിക്ക് ആളെ മനസ്സിലായില്ലായിരുന്നു..." അവരുടെ സംസാരം കേട്ട് പ്രതീക്ഷ ഒന്നും മനസ്സിലാവാത്ത പോലെ നിൽക്കുകയായിരുന്നു.

"ഇത് പ്രതീക്ഷ. പ്രതീക്ഷക്ക് ഇത് ആരാണെന്ന് മനസ്സിലായോ? മഹിമയുടെ അകന്ന ബന്ധത്തിലുള്ള കസിൻ." മഹിമ എന്നാ പേര് അവളിൽ ഞെട്ടൽ ഉണ്ടാക്കി

എന്നു മനസ്സിലാക്കിയ അർജുൻ അവളെ നോക്കി കണ്ണടച്ച് കാണിച്ചു.

'വാ എന്നാൽ കാണാൻ പോകാം. ഇതാണ് റൂം ഞാൻ പുറത്തു ഉണ്ടാകും." അർജുനും പ്രതീക്ഷയും റൂമിൽ കയറി അവരെ ഒരുമിച്ചു കണ്ടപ്പോൾ മഹിമക്ക് ഞെട്ടൽ ഉണ്ടായി.

അത് പുറത്തു കാണിക്കാതെയിരിക്കാൻ അവൾ പാട് പെടുന്നുണ്ടായിരുന്നു. ഇവർ രണ്ട് പേരും എങ്ങനെ കണ്ടുമുട്ടി എന്നൊരു ആലോചനയായിരുന്നു അവളുടെ ഉള്ളിൽ.

മഹിമ എന്തോ ചോദിക്കും മുൻപേ പ്രതീക്ഷയോട് പുറത്തു നിൽക്കാൻ കണ്ണ് കൊണ്ട് അർജുൻ കാണിച്ചു.
അവൾ അത് മനസ്സിലാക്കിയ പോലെ പുറത്തേക്ക് പോയി.

അവൾ പുറത്തേക്ക് പോയ സമയത്താണ് അർജുനോട് മഹിമ സംസാരിച്ചു തുടങ്ങിയത്.
"അവളെ എങ്ങനെ കണ്ടു മുട്ടി?" മഹിമ ആദ്യം ചോദിച്ചു.

"അത് അറിയണ്ട കാര്യം നിനക്ക് ഇല്ല."

"ഓ എന്നോടുള്ള രണ്ടു പേരുടേയും പ്രതികാരം ആവും അല്ലേ?"

"അതിന് മറുപടി പറയാൻ എനിക്ക് താല്പര്യമില്ല. നീ എന്നെ കാണണം എന്നു പറഞ്ഞു എന്ന് അറിഞ്ഞു. കാര്യം എന്താണെന്ന് പറഞ്ഞോ. പോയിട്ട് കുറച്ചു തിരക്കുണ്ട്."

ശ്വാസം എടുക്കാൻ ബുദ്ധിമുട്ടി നിൽക്കുന്ന ആ സമയത്ത് പോലും മഹിമയുടെ മുഖത്ത് ഒരു പുച്ഛ ചിരി വന്നു.

"തന്റെ അഹങ്കാരം ഒട്ടും തന്നെ ചോർന്നു പോയിട്ടില്ലല്ലോ? ഈ അവസ്ഥയിൽ ആയിട്ട് പോലും അഹങ്കാരത്തിനു കുറവില്ല." അത് കണ്ട് അർജുൻ പറഞ്ഞു.

"ഞാൻ ആഗ്രഹിച്ച പോലെ ഒരു ജീവിതം ഞാൻ നേടിയെടുത്തു. ആ ജീവിതം ഞാൻ ആഘോഷമാക്കിയെടുത്തു.

നിനക്കോ?"

"ഹാ. പഴം പുരാണം കേൾക്കാൻ എനിക്ക് സമയമില്ല." അർജുൻ ദേഷ്യത്തോടെ പറഞ്ഞു.

"ഞാൻ മരണക്കിടക്കയിൽ ആണെങ്കിൽ എന്താ. മരിക്കുമ്പോൾ വിജയിച്ച യോദ്ധാവിനെ പോലെയാ പോകുന്നത്.

ആയുസ്സ് കുറവാ ഇന്നോ നാളെയോ ഞാൻ മരിക്കും. ഞാൻ നേടിയെടുത്ത ജീവിതം അധിക നാൾ നിലനിർത്തി കൊണ്ട് പോകാൻ ആയില്ല.

പക്ഷേ അയാൾ മിടുക്കനായി എന്നെ പറ്റിച്ചു. ആദ്യ ഭാര്യയുടെയും മോൾടെയും പേരിൽ സ്വത്തു മുഴുവൻ എഴുതി വച്ചു. എല്ലാം എന്റേത് ആണെന്ന് അഹങ്കാരിച്ച ഞാൻ വിഡ്ഢി! അത് അറിഞ്ഞു വന്നപ്പോഴേക്കും വൈകി പോയിരുന്നു. അയാൾക്ക് കുറ്റബോധം തോന്നുന്നുണ്ടെന്ന്!

പക്ഷെ അതിലും രസം അയാളെ ഞാൻ പറ്റിച്ചു. എന്റെ വയറ്റിൽ കുഞ്ഞ് വളരുന്നുണ്ടെന്നു പറഞ്ഞു. ഒരു ദിവ്യ ഗർഭം. കുറച്ചു മാസം മുന്നോട്ട് പോയി ദുഷ്ടൻ അവൻ എന്റെ കള്ളത്തരം കണ്ടു പിടിച്ചു.

ജീവിതം തുല്യം സ്നേഹിച്ച ഭാര്യയെയും മോളെയും ഉപേക്ഷിച്ചതിനു വിഷമം ആണെന്ന് പോലും. എനിക്ക് അത് കേട്ടപ്പോൾ സഹിക്കാൻ കഴിഞ്ഞില്ല. അങ്ങേരെ ഞാൻ...

ആർക്കും പിടി കിട്ടാത്ത ഒരു സമസ്യയാക്കി... അയാൾ ഈ ലോകത്ത് നിന്ന് തന്നെ പോയി. ആ വഴിയേ ആളുടെ മോളും ഹാ

എങ്ങനെയാണെന്ന് അല്ലേ?

അവളുടെ വീട് കണ്ടുപിടിച്ചു. ഒരു പ്രശ്നം ഉണ്ടാക്കാൻ എന്താ വഴി എന്നു ആലോചിച്ചപ്പോൾ വീടിന്റെ പുറത്തു അവളുടെ മോള് പിണക്കിയിരിക്കുന്നത് കണ്ടത്.

അവൾ ആദ്യം എന്നോട് മിണ്ടാൻ കൂട്ടാക്കിയില്ല. സ്നേഹം നടിച്ചു നല്ലൊരു ആന്റിയായി. അമ്മയുമായി പിണങ്ങിയിരിക്കുക ആണെന്ന് മനസ്സിലാക്കിയ ഞാൻ. അത് നല്ലൊരു അവസരം ആയി കണക്കാക്കി..."

"അമ്മ കുറച്ചു നേരം മോളെ അന്വേഷിച്ചു നടക്കട്ടെ.വൈകുന്നേരം ആകുമ്പോൾ ആന്റി കൊണ്ടേ ആക്കാം.

എന്താ! അപ്പോഴേക്കും അമ്മയുടെ പിണക്കം മാറും. നേരെ കൊണ്ടു ചെന്നത് ഞാൻ താമസിക്കുന്ന വീട്ടിൽ തന്നെ ആയിരുന്നു.

അച്ഛൻ പോയ വഴിയേ മോളെയും വിട്ടു.

ഒരു തുമ്പും അവശേഷിപ്പിക്കാതെ. പിന്നെ പ്രതീക്ഷ ആയിരുന്നു ലക്ഷ്യം, അവളെ ഒരു ഭ്രാന്തിയാക്കാൻ, അവളെ വണ്ടി ഇടിച്ചു തെറിപ്പിച്ചത് ഞാനായിരുന്നു.

അവളെ ഭ്രാന്തിയാക്കാൻ കുറച്ചു കഞ്ചാവ് അവൾ പോലും അറിയാതെ ആ വീട്ടിൽ കയറി ഭക്ഷണത്തിൽ ചേർത്തു വച്ചു...

അങ്ങനെ സ്വത്തുക്കൾ എന്റെ കയ്യിലായി.

ഹ ഹ ഞാൻ ജയിച്ചു..."

പുറത്ത് നിന്ന് ഇത്രയും കേട്ട പ്രതീക്ഷാ ബോധം കെട്ടു വീണു. എല്ലാം അറിഞ്ഞ് ഞെട്ടലോടെ അർജുൻ മരവിപ്പ് നിന്ന് പോയി.

പെട്ടെന്ന് ശ്വാസം തടസം വന്നു അപ്പോൾ തന്നെ മഹിമ മരിച്ചു. ഡോക്ടന്മാർ കിണഞ്ഞു പരിശ്രമിച്ചിട്ടും രക്ഷിക്കാൻ സാധിച്ചില്ല.

"മഹിമ കൂടുതൽ സംസാരിച്ചു ഓവർ ആയി പ്രഷർ കൂടിയാണ് മരണം സംഭവിച്ചത്." ഡോക്ടർ പറഞ്ഞു.

പ്രതീക്ഷക്ക് അപ്പോഴും ബോധം വീണിട്ടില്ലായിരുന്നു...

11

അരുണിന് തോന്നിയിരുന്നു അവൾക്ക് അത് താങ്ങാൻ കഴിയില്ല എന്ന്.

ബോധം വരുന്നതിനു അനുസരിച്ച് അവൾ കൂടുതൽ വൈലന്റ് ആകാൻ തുടങ്ങി. ആർക്കും പിടി കൊടുക്കാതെ ഭ്രാന്തമായി അലറി ആശുപത്രി വരാന്തയിൽ കൂടി ഓടി പോയി. ഒരു വിധത്തിൽ എല്ലാവരും ചേർന്ന് പിടിച്ചു ഡോക്ടർ വന്നു ഇൻജെക്ഷൻ കൊടുത്തു മയക്കി.

"മിസ്റ്റർ അർജുൻ. ഈ കേസ് കൂടുതൽ വഷളായി കൊണ്ടിരിക്കുകയാണ്.

ഇത്രയും പെട്ടെന്ന് തന്നെ. മെന്റൽ ഹോസ്പിറ്റലിൽ ഈ കേസ് റഫർ ചെയ്യുന്നു. ആംബുലൻസ് എല്ലാം റെഡി ആക്കിയിട്ടുണ്ട്. ഈ പേഷ്യന്റിനെ വേഗം കൊണ്ട് പൊയ്ക്കോള്ളു."

പറയുന്നത് ഒന്നും തലയിൽ കയറാത്ത രീതിയിൽ നിൽക്കുകയായിരുന്നു അർജുൻ. എല്ലാം യാന്ത്രികമായി ചെയ്തു കൊണ്ടിരുന്നു. അവന്റെ ചിന്തകൾ ഇന്നലെകളിൽ കൂടി ഓടി നടന്നു.

ഒരു ദിവസം കൊണ്ട് എല്ലാം കീഴ്മേൽ മറഞ്ഞിരിക്കുന്നു. ഒന്നും വിശ്വസിക്കാൻ കഴിയുന്നില്ല. മെന്റൽ ഹോസ്പിറ്റലിൽ വാതിൽക്കൽ എത്തിയപ്പോൾ ഇത് എന്താ ഇങ്ങനെ

ആശുപത്രി ആയിട്ട് ഫീലിംഗ് ചെയ്യുന്നില്ല. പക്ഷെ, എന്തിനെന്നില്ലാത്ത ഭയം അവനെ പിടി കൂടിയിരുന്നു. അവൾ എന്റെ മനസ്സിൽ എത്ര പെട്ടെന്നാ കടന്നു കൂടിയത്. ഇനി അവൾ ഇല്ലാതെ...

ഓർക്കുമ്പോൾ ഞാൻ തളർന്നു പോകുകയാണ്.

അർജുൻറെ നിൽപ്പ് കണ്ടപ്പോൾ ആംബുലൻസ് ഡ്രൈവർക്ക് കാര്യം മനസ്സിലായി.

“സാർ ഇത് പോലെ ഉള്ള സ്ഥലത്ത് ആദ്യമായി ആണല്ലേ? ഈ ഹോസ്പിറ്റലിൽ എനിക്ക് നന്നായി അറിയാം. മറ്റ് മെന്റൽ ഹോസ്പിറ്റലിൽ പോലെ അല്ല ഇത് വളരെ വ്യത്യാസമുണ്ട്.

“പ്രതീക്ഷയെ എനിക്ക് തിരികെ കിട്ടുമോ?”

“സാറിന്റെ മനസ്സിൽ എന്താണെന്ന് എനിക്ക് അറിയാം. സാറിന്റെ ഭാര്യയെ തിരികെ കിട്ടും. ധൈര്യമായി ഇരിക്ക്. എന്നാ സാർ ചെന്നാട്ടെ.”

ആ ഡ്രൈവറിനെ നോക്കി പുഞ്ചിരിച്ചു. മുന്നോട്ട് നടന്നപ്പോൾ മനസ്സ് നിറയെ നൂറായിരം ചോദ്യങ്ങൾ അലയടിച്ചു കൊണ്ടിരുന്നു. അവൾ ഇല്ലാതെ വീട്ടിലേക്ക് ഞാൻ എങ്ങനെ കയറി ചെല്ലും? മക്കളോട് എന്ത് പറയും? ഒരു പിടിയും കിട്ടുന്നില്ല...

ജാനുചേച്ചി തുര തുര വിളിച്ചു കൊണ്ടിരിക്കുന്നു. ഫോൺ എടുക്കാൻ തോന്നുന്നില്ല. കണ്ടതും കേട്ടതും ഒന്നും വിശ്വാസം വരാത്തത് പോലെയായിരുന്നു മനസ്സും ശരീരവും. മെന്റൽ ഹോസ്പിറ്റലിൽ പ്രതീക്ഷയെ അഡ്മിറ്റ് ആക്കി.

“ഈ കേസ് ഞാൻ നോക്കിയിട്ട് കുറച്ചു പ്രശ്നമാണ്. ഇനി ഓർമ്മകൾ തിരികെ കിട്ടുമോ എന്ന് അറിയില്ല. ഇവിടെ മെന്റൽ ആയി വരുന്നവർക്ക് ഷോക്ക് ട്രീറ്റ്മെന്റ് അല്ല കൊടുക്കുന്നത്. സ്നേഹത്തോടെ ഉള്ള പരിപാലനാവും മെഡിന്റേഷൻ, യോഗ എന്നൊക്കെ ചെയ്യിപ്പിക്കും. ആയുർവേദവും, എല്ലാം ഒന്ന് സംയോജിപ്പിച്ചാണ് ചെയ്യുന്നത്. സമയം എടുക്കും.

ഞങ്ങളുടെ നിയന്ത്രണത്തിൽ ആയില്ലെങ്കിൽ മാത്രമാണ് ഷോക്ക് ട്രീറ്റ് മെന്റ് കൊടുക്കുന്നത് തന്നെ. ഇത് വരെ അങ്ങനെ ഒന്നും ആർക്കും കൊടുക്കേണ്ടി വന്നിട്ടില്ല. നോക്കാം!
ഈ കേസ് ഒന്നൂടെ വിശദാമായി പഠിക്കണം. താങ്കൾ ഇവിടെ നിൽക്കണമെന്നില്ല.
ആ കുട്ടിയെ നോക്കാൻ ഇവിടെ വേറെ ആളുകൾ ഉണ്ട്.

ഇവിടെ സെലിൽ അടക്കില്ല. അവർക്ക് മുറിയാണ് കൊടുക്കുക കൂടെ ഒരു നഴ്സും. എന്തെങ്കിലും ആവശ്യം ഉണ്ടെങ്കിൽ താങ്കളെ വിളിക്കാം പൊയ്ക്കോള്ളു!"

ആ ഡോക്ടറുടെ മുറിയിൽ നിന്ന് ഇറങ്ങിയപ്പോൾ മനസ്സിൽ ഓടി എത്തിയത്, അമ്മയും മക്കളുമായിരുന്നു.

അപ്പോഴാണ് ജാനു ചേച്ചി വീണ്ടും വിളിച്ചത്, നോക്കിയപ്പോൾ 50 തവണ വിളിച്ചിരിക്കുന്നു. എന്റെ മനസ് ആളാൻ തുടങ്ങി. പെട്ടെന്ന് തന്നെ വിളിച്ചു.

"ഹലോ ചേച്ചി..."

"മോനെ വൈകിട്ട് എത്താം എന്ന് പറഞ്ഞ് പോയിട്ട് നേരം ഇരുട്ടി വെളുത്തല്ലോ. എത്രയോ തവണ ഞാൻ വിളിച്ചു."

"അതെ ചേച്ചി ഫോൺ എടുക്കാൻ പറ്റിയ അവസ്ഥയിൽ അല്ലായിരുന്നു.
എന്ത് പറ്റി ചേച്ചി? വീട്ടിൽ എന്തെങ്കിലും?"

"മോനെ കാണുന്നില്ല വിളിച്ചിട്ട് കിട്ടുന്നില്ല എന്ന് പറഞ്ഞ് മോന്റെ അമ്മക്ക് വല്ലാതെ ടെൻഷൻ കയറി ശ്വാസം കിട്ടാത്ത അവസ്ഥ വന്നു ആശുപത്രിയിൽ അഡ്മിറ്റ് ആക്കി. ഇപ്പൊ കുഴപ്പം ഒന്നില്ല. വീട്ടിൽ വന്നപ്പോൾ മുതൽ മോനെ കാണണം എന്നുള്ള വാശിയാ ഭക്ഷണം പോലും കഴിക്കുന്നില്ല."

"ഞാൻ പെട്ടെന്ന് വരാം."

അവന്റെ മനസ്സ് അലയടിച്ചു കൊണ്ടിരുന്നു... ഞാൻ മുങ്ങാം കുഴിയിലേക്ക് ആണ്ടു പോകുക ആണല്ലോ ഭഗവാനെ എന്തൊരു പരീക്ഷണമാണിത്. ജീവിതം മൊത്തത്തിൽ പിടി

വിട്ടു പോകുകയാണല്ലോ? ഇനി എങ്ങനെ മുന്നോട്ട് പോകും? രണ്ട് മക്കളോടും അമ്മയോടും എന്ത് പറയും. എല്ലാം ഓർക്കുമ്പോൾ തലയ്ക്ക് വല്ലാത്ത ഭാരം.

അവനെ കാത്തിരിക്കുന്നത് നഷ്ടങ്ങളാണെന്ന് അറിയാതെ വീട്ടിലേക്ക് തിരിച്ചു. നാളെത്തെ പുലരി അർജുന് താങ്ങാൻ ഉള്ള കരുത്തുണ്ടാവട്ടെ....

12

വീട്ടിൽ എത്തിയപ്പോൾ നേരം പുലർന്നു വരുന്നേ ഉണ്ടായിരുന്നുള്ളൂ. വീട്ടിലേക്ക് അടുക്കും തോറും ഭയം അവനെ വല്ലാതെ പിടി മുറുകുന്നുണ്ടായിരുന്നു. അകത്തേക്ക് കയറിയപ്പോൾ കിച്ചുവും അമ്മുവും അമ്മുമ്മ എന്ന് വിളിച്ചു കരയുന്നു.

അർജ്ജുൻ ഞെട്ടലോടെ ജാനു ചേച്ചിയെ നോക്കി.

"കുറച്ചു മുൻപാ പോയത്. പോകുന്ന സമയത്തും മോനെ അന്വേഷിച്ചു.

കൊറേ കരഞ്ഞു. എന്തൊക്കെയോ വിതുമ്പി പറയുന്നുണ്ടായിരുന്നു.

പെട്ടെന്ന്, സംസാരിക്കാൻ ബുദ്ധിമുട്ട് ഉള്ളത് പോലെ തോന്നി. കൈ കൊണ്ട് വെള്ളം വേണം എന്ന് അംഗ്യം കാണിച്ചു. വെള്ളം കുടിച്ചു കഴിഞ്ഞപ്പോഴേക്കും..."

അർജ്ജുന് ഉറക്കെ കരയണം എന്നുണ്ടായിരുന്നു. പക്ഷേ ചെറുപ്പത്തിൽ അമ്മ പറഞ്ഞത് ഓർമ്മ വന്നു. ആൺകുട്ടികൾ കരയാൻ പാടില്ലത്രേ. വിഷമം വന്നാൽ ഉള്ളിൽ ഒതുക്കി നടക്കണം. ആ ഓർമ്മയിൽ അവൻ സ്വയം നിയന്ത്രിച്ചു.

"ചേച്ചി ഇവിടെ ഉണ്ടാവണം, എല്ലാം പെട്ടെന്ന് ആവണം. അമ്മയെ അധിക നേരം കിടത്തണ്ട. അതിന്റെ കാര്യങ്ങൾ നോക്കിയിട്ട് വരാം." അതും പറഞ്ഞ് അർജ്ജുൻ തിടുക്കത്തിൽ മുറിയിൽ കയറി കതകടച്ചു.

കൊറേ നേരം കരഞ്ഞു തീർത്തു. ആരോ വാതിൽ മുട്ടുന്നുണ്ട്
തുറന്നു നോക്കിയപ്പോൾ മക്കൾ ആണ്

"അച്ഛേ! അമ്മ എവിടെ?"

"അത്... അത് പിന്നെ അമ്മക്ക് ജോലി കിട്ടി പോയി. കുറച്ചു നാൾ കഴിയുമ്പോൾ വരും."

"അമ്മയെ കാണാതെ വയ്യ അച്ഛാ..."

"വരും മക്കളെ, അമ്മ വരും ട്ടൊ..."

അമ്മയുടെ അന്ത്യകർമ്മങ്ങൾ നടത്തി.
ആയൽ പക്കത്തുള്ള എല്ലാവരും പിരിഞ്ഞു പോയി. ഞാനും മക്കളും മാത്രമായി. എല്ലാം നഷ്ടമായ ഒരു വീട്
സന്തോഷം പൊന്തിഞ്ഞു നിന്ന വീട്.
ഇപ്പൊ മൊത്തത്തിൽ ശൂന്യത!
ജീവിതം ഇങ്ങനെയായി തീർന്നതിൽ ആരെയൊക്കെ പഴിക്കണം,
അറിയില്ല.

ഇനിയെല്ലാം ഒന്നേ എന്നു തുടങ്ങണം.
ഞങ്ങൾക്ക് കൂട്ടായി പ്രതീക്ഷാ വരുമോ?
അവളുടെ ഓർമ്മകളാണ് ഈ വീട് മുഴുവനും. അമ്മയുടെ മരണം ഇത്ര പെട്ടെന്ന് സംഭവിക്കും എന്ന് കരുതിയില്ല.
അവളെ ഞാൻ നോട്ടം കൊണ്ട് പോലും വേറെ രീതിയിൽ നോക്കിയിട്ടില്ല.
എപ്പോഴോ എന്റെ പെണ്ണാണെന്ന് മനസ്സ് പറഞ്ഞു തുടങ്ങി. അവളെ ഇഷ്ടപ്പെട്ടു തുടങ്ങി. എനിക്കായി കാത്തു വച്ചത് ആണെങ്കിൽ എനിക്ക് തന്നെ കിട്ടും. ഉറപ്പാ! വേദനകൾ തന്ന ദൈവങ്ങൾ എനിക്കായി സന്തോഷവും കരുതി വച്ചിട്ടുണ്ടാകും.

****

കുറച്ചു ദിവസം കഴിഞ്ഞപ്പോൾ അർജുനെ തേടി അപ്പോഴമെന്റ് ലെറ്റർ വന്നു. ജീവിക്കാൻ ഉള്ള കാച്ചി തുരുമ്പ് പോലെ. അത് എന്തായാലും ആശ്വാസമായിരുന്നു. ഇടയ്ക്ക്, ഡോക്ടറിനെ വിളിച്ചു കാര്യങ്ങൾ ചോദിക്കുമ്പോൾ ഒന്നും പറയാറിയിട്ടില്ല എന്നൊരു മറുപടിയാണ് കിട്ടുന്നത്. പ്രതീക്ഷ കൈ വിടാതെ ഇരിക്ക്. ദൈവം കാത്തു രക്ഷിക്കട്ടെ!

പതിയെ ആ ജീവിതത്തോട് അർജുനും മക്കളും പൊരുത്തപ്പെട്ടു തുടങ്ങി.

അമ്മയെ കാണാൻ ഉള്ള മോഹം മക്കൾ പറയുമായിരുന്നു. ഒരു ദിവസം കാണിച്ചു തരാം അമ്മയെ എന്നു വാക്ക് കൊടുത്ത് ആശ്വാസിപ്പിക്കും. കുറച്ചു മാസം കഴിഞ്ഞപ്പോൾ ജോലി സ്ഥലത്തു വച്ചു അർജുന്റെ ഫോണിലേക്കു ഒരു കാൾ ആരാണെന്ന് അല്ലെ ഡോക്ടറുടെ

"ഹലോ മിസ്റ്റർ അർജുൻ, പ്രതീക്ഷ കിച്ചുവിനെയും അമ്മുവിനെയും കാണണം എന്നു പറയുന്നു.

നാളെ ഇങ്ങോട്ട് വരണം."

ആ വാർത്ത കേട്ട സന്തോഷത്തിൽ ഹാഫ് ഡേ ലീവ് പറഞ്ഞു. മക്കളുടെ സ്കൂളിൽ പോയി വിളിച്ചു കൊണ്ട് പോന്നു.

"അച്ഛേ നല്ല സന്തോഷത്തിൽ ആണല്ലോ?" അമ്മു ചോദിച്ചു.

"അതെ മോളെ നാളെ നമ്മുക്ക് അമ്മയെ കാണാൻ പോകാം.

അമ്മയ്ക്ക് മക്കളെ കാണണം എന്നു."

"ഹായ്! നാളെ അമ്മയെ കാണാൻ പോകുകയാണേ... സന്തോഷം കൊണ്ട് ഇരിക്കാൻ വയ്യ അച്ഛാ."

"ഇന്ന് രാത്രി പോയല്ലേ നാളെ രാവിലെ എത്തൊള്ളൂ വാ നമ്മുക്ക് വിട്ടിൽ പോയി ഫുഡ് ഒക്കെ കഴിച്ചു പെട്ടെന്ന്

പോകാം.
എന്താ?" കുട്ടികൾ സമ്മത ഭാവത്തിൽ തലയാട്ടി.

പെട്ടെന്ന് തന്നെ ഒരുങ്ങി ഇറങ്ങി, മക്കളെ പോലെ അർജുനും പ്രതീക്ഷയെ കാണാൻ വല്ലാതെ വെമ്പുന്നുണ്ടായിരുന്നു. അവളെ ആദ്യമായി കണ്ടു മുട്ടിയ ആ ഓർമ്മകളിലേക്ക് അർജുൻ കടന്നു പോയികൊണ്ടിരിക്കുകയായിരുന്നു. അർജുന്റെ മടിയിൽ കിടന്നു അമ്മുവും കിച്ചുവും ഉറക്കം പിടിച്ചിരുന്നു.
ആ ചില്ല് ഗ്ലാസിൽ നിന്ന് വരുന്ന തണുത്ത കാറ്റിൽ അർജുൻ പുതിയ ജീവിതം സ്വപ്നം കാണുകയായിരുന്നു...

13

അവന്റെ കൺമുന്നിൽ എല്ലാം തെളിഞ്ഞു വന്നു കഴിഞ്ഞു പോയ ഓരോ കാര്യങ്ങളും
അവന്റെ ഓർമ്മകൾ അവൾ കൂടെ ഉണ്ടായിരുന്ന ദിനങ്ങളിലേക്ക് കടന്നു പോയി. മക്കളെ കെട്ടി പിടിച്ചു കിടന്നു ഉറങ്ങുന്നതും സന്ധ്യ ദീപം തെളിയിച്ചു മക്കളേയും കൂട്ടി നാമം ജപിക്കുന്നതും എല്ലാം ഇന്നലെ കഴിഞ്ഞത് പോലെ തോന്നുന്നു. അവന്റെ ചുണ്ടിൽ അറിയാതെ ചിരി വന്നു.

"ഹലോ സാർ." ആരോ വിളിച്ചത് കേട്ട് പെട്ടെന്ന് ഞെട്ടി ഉണർന്നു.

"സ്ഥലം എത്തി, സാർ ഇറങ്ങുന്നില്ലേ?"

"ഉണ്ട്, കിച്ചു... അമ്മു... എഴുന്നേക്ക് ഇറങ്ങാനുള്ള സ്ഥലം എത്തി."

അവിടെ ഇറങ്ങി അടുത്തു കണ്ട ലോഡ്ജിൽ മുറി എടുത്തു. മൂന്ന് പേരും പെട്ടെന്ന് കുളിച്ചു ഫ്രഷ് ആയി. നല്ലൊരു ഹോട്ടലിൽ കയറി ഫുഡ് കഴിച്ചു. അവളെ കാണാൻ ഉള്ള തിടുക്കത്തിൽ ഹോസ്പിറ്റലിലേക്ക് പോയി.

"അച്ഛേ! ഇത് ആശുപത്രി ആണല്ലോ
അമ്മ ജോലി സ്ഥലത്തല്ലെ അങ്ങോട്ട് അല്ലേപോകേണ്ടത്."

"ജോലി സ്ഥലത്തായിരുന്നു അപ്പൊ അമ്മക്ക് ചെറിയ അസുഖം വന്നു അങ്ങനെ അമ്മ വർക്ക് ചെയ്യുന്ന സ്ഥലത്ത് ഉള്ളവർ ഇവിടെ കൊണ്ട് വന്നു ആക്കിയതാ. ഇപ്പൊ ഓക്കെ

ആയി. ചിലപ്പോ വിട്ടിൽ കൊണ്ട് പോകാൻ പറ്റുമായിരിക്കും. നിങ്ങൾ വാ അമ്മയെ പോയി കാണാം." അവളുടെ റൂം നമ്പർ ഓർമ്മയിൽ ഉണ്ടായിരുന്നു.

അവിടെ ചെന്നപ്പോൾ ആരെയും കാണുന്നില്ല.

"ആരെയും കാണുന്നില്ലാലോ?

ഡോക്ടറിന്റെ അടുത്ത് പോയി നോക്കാം വാ." അർജുൻ മക്കളെയും കൊണ്ട് ഡോക്ടറുടെ അടുത്ത് ചെന്നു.

"മേ ഐ കമിങ് ഡോക്ടർ?"

"യെസ് കമിങ്."

"മക്കളെ കൊണ്ട് വന്നതാ. അവിടെ റൂമിൽ ചെന്നപ്പോൾ ആരും കാണുന്നില്ല."

"അർജുൻ കൂൾ! ഞാൻ പറയട്ടെ

അവൾക്ക് കുഴപ്പം ഒന്നുല്ല പക്ഷെ, അബോധവസ്ഥയിൽ അവൾ ഒരു പേര് പറഞ്ഞു 'അരുൺ' തങ്ങളുടെ പേര് അർജുൻ ആണല്ലോ. ആ അബോധാവസ്ഥയിൽ ഓരോ കാര്യങ്ങൾ പറഞ്ഞു.

എന്റെ മനസ്സിൽ നൂറായിരം ചോദ്യങ്ങൾ കടന്നു വന്നു. ആ ചോദ്യത്തിന് ഉത്തരം കണ്ടു പിടിക്കേണ്ടത് എന്റെ ഉത്തരവാദിത്വ പരിധിയിൽ വരുന്നത് ആണല്ലോ? എന്റെ സംശയങ്ങൾക്ക് തങ്ങൾ സത്യസന്ധമായി മറുപടി പറയും എന്നു കരുതുന്നു... താങ്കൾ മാരീഡ് ആണോ?"

"ആയിരുന്നു ഇപ്പോൾ അല്ല!"

"അപ്പൊ ആ കുട്ടി തങ്ങളുടെ?"

"അത്... എൻറെ സ്വന്തം മക്കളല്ല.*

"അപ്പൊ താങ്കളെ അച്ഛാ എന്നു വിളിക്കുന്ന ഈ കുട്ടികൾ?"

"അ...... ത് എന്റെ അനിയത്തിയുടെ മക്കളാണ് കടക്കെണിയിൽ അവളും ഭർത്താവും ആത്മഹത്യ ചെയ്തു. കുട്ടികൾക്ക് ആരും ഇല്ലാതെയായി അങ്ങനെ ഞാൻ എന്റെ

മക്കളെ പോലെ വളർത്തുന്നു."

"ഉം, പ്രതീക്ഷയുടെ മനസ്സിൽ ഇവരെ നന്നായി ഓർമ്മയുണ്ട് പേരും പറഞ്ഞു അമ്മുവും കിച്ചുവും എന്ന്. അവൾ മെഡിറ്റേഷന് പോയിരിക്കുക ആണ്. ഒരു മണിക്കൂർ കഴിഞ്ഞേ വരൂ. അതിനിടയിൽ അവൾക്ക് കൂടുതൽ കാര്യങ്ങൾ ഓർത്തു എടുക്കാൻ പറ്റുന്നുണ്ടോ എന്നൊരു ടെസ്റ്റ് കൂടിയുണ്ട്..."

അത് എല്ലാം കേട്ട കിച്ചുവിനും അമ്മുവിനും മനസ്സിലായി ഞങ്ങൾ അനാഥരാണെന്ന്. അവർ ഡോക്ടർ റൂമിൽ നിന്ന് കരഞ്ഞ് കൊണ്ട് ഓടി പോയി. അപ്പോഴാണ് അർജുൻ അവർ കൂടെയുള്ള കാര്യം ഓർത്തത്.

അവർ ഒരിക്കലും അറിയരുത് എന്നു വിചാരിച്ച കാര്യങ്ങൾ അവർ അറിഞ്ഞിരിക്കുന്നു. എല്ലാം പിടി വിട്ടു പോയോ? അപ്പോഴാണ് ഡോക്ടർക്കും അബദ്ധം പറ്റി എന്നു മനസ്സിലായത്.

കുട്ടികളുടെ മുന്നിൽ വച്ചു ചോദിക്കാൻ പാടില്ലായിരുന്നു.

"ഛേ!" ഡോക്ടർക്ക് തന്നെ തന്നോട് ദേഷ്യം തോന്നി.

അർജുൻ അവരുടെ പുറകെ ഓടി ചെന്നു.

"മക്കളെ... നിക്കടാ..."

"ഒന്നും പറയണ്ട ഞങ്ങൾ ആരുമില്ലാത്തവർ അല്ലെ? അമ്മ എന്നു വിളിച്ച ആള് പോലും അമ്മ അല്ല. ഇത് ഞങ്ങളുടെ അച്ഛനുമല്ല. എന്നാലും, അച്ഛേ ഒത്തിരി ഇഷ്ടാണ് ട്ടോ...

അച്ഛന്റെ സ്നേഹവും അമ്മയുടെയും സ്നേഹവും ആവോളം തന്നത് നിങ്ങൾ രണ്ട് പേരുമാ ഞങ്ങളുടെ അച്ഛനും അമ്മയും..."

അത് കേട്ട അർജുൻ കണ്ണീരോടെ രണ്ട് പേരെയും മാറി മാറി ഉമ്മകൾ കൊണ്ട് മൂടി.

"അച്ഛാ വിഷമിക്കേണ്ട അച്ഛന് സ്വന്തമാ അമ്മ. അമ്മക്ക് ഓർമ്മകൾ കിട്ടി അച്ഛനെ അമ്മ കൊറെയധികം

സ്നേഹിക്കും. ഞങ്ങളെ സ്നേഹിച്ചത് പോലെ. അച്ഛൻ ഡോക്ടർ അങ്കിളിന്റെ അടുത്ത് ഇരുന്നോ. ഞങ്ങൾ ആ മര ചുവട്ടിൽ പോയിരുന്നു കളിക്കട്ടെ?"

"ഉം." അവർ പോകുന്നതും നോക്കി ഇരുന്നപ്പോഴാണ് പ്രതീക്ഷ മെഡിറ്റേഷൻ കഴിഞ്ഞ് വന്നത്.

അവരെ കണ്ടപ്പോൾ അവൾ സന്തോഷം കൊണ്ട് വാരി പുണർന്നു ഉമ്മ വച്ചു.

കുറേ നേരം അർജുൻ ആ കാഴ്ച കണ്ടു നോക്കി നിന്നു. ഒപ്പം ഡോക്ടറും.

തനിക്ക് മുന്നിൽ നടന്ന രംഗങ്ങൾ എല്ലാം കണ്ടിരുന്നു.

ഡോക്ടർ അപ്പോൾ അർജുനെ പുറകിൽ തട്ടി വിളിച്ചു.

"ഈ കാഴ്ച കാണുന്ന ആരുടേയും കണ്ണ് നിറഞ്ഞു പോകും. അത്രക്ക് ഭംഗിയുള്ള നിമിഷമാണിത്. മാസങ്ങൾക്ക് ശേഷം കണ്ടു മുട്ടുന്ന അമ്മയുടെ സ്നേഹ ലാളന. താൻ വിഷമിക്കേണ്ട.

ആരാണെന്ന് പോലും അറിയാതെ അവളെ സംരക്ഷിച്ച താൻ തന്നെയാടോ അവളുടെ മറുപാതി. അവളെ കണ്ടു മുട്ടുമ്പോൾ തനിക്ക് ആരുമായിരുന്നില്ല. എന്നിട്ടും അവൾക്ക് സംരക്ഷണ നൽകി കൂടെ ചേർത്തില്ലേ? ആ മക്കളെയും.

എല്ലാം ശരിയാവും!

അവൾക്ക് തന്നെ മനസ്സിലാവും

ഒരുനാൾ അന്ന് ഒരിക്കൽ കൂടി വരണം. അവളെ തന്റെ സഖിയാക്കി കൊണ്ട്. താൻ അങ്ങോട്ട് ചെല്ല്."

ഡോക്ടറെ നോക്കി ഒന്ന് പുഞ്ചിരിച്ചു കൊണ്ട് അർജുൻ അവർക്ക് അരുകിലേക്ക് നടന്നു...

കാലം എത്ര കഴിഞ്ഞാലും ഒരു ദിനം പ്രണയത്തിന്റെ വാകകൾ അവളിൽ പൂത്തിയിരിക്കും. ഒപ്പം എന്റെയും...

അന്ന് ആ വാക മരചുവട്ടിൽ എന്റെയും നിന്റെയും പ്രണയകാവ്യം എഴുതി വയ്ക്കണം...

www.ingramcontent.com/pod-product-compliance
Lightning Source LLC
La Vergne TN
LVHW060149051026
849517LV00007B/2608